இந்து மெய்மை

இந்து மெய்மை

ஜெயமோகன்

விஷ்ணுபுரம் பதிப்பகம்

இந்து மெய்மை

உரையாடல்கள் - ஜெயமோகன்
முதல் பதிப்பு: மே, 2022

Indhu Meimai
Discussions by Jeyamohan ©
First Edition: May 2022
No of Pages: 180
ISBN: 978-93-92379-18-5

Vishnupuram Publications
No. 28/1, Nehru Nagar, Kasthurinaicken Palayam,
Vadavalli, Coimbatore – 641041, Tamilnadu, India.
Website: www.vishnupurampublications.com
Email: info@vishnupurampublications.com

Printer: Mani Offset, Chennai - 600077

Author`s Website: www.jeyamohan.in
Author`s Email: jeyamohan.writer@gmail.com

Wrapper Designed by Srinivasa Gopalan

All rights reserved. No part of the publication may be reproduced, stored in a retrievel system, or transmitted, in any form or by any means, electronic, mechanical, photocopying, recording or otherwise, without the prior permission of the publishers.

சமர்ப்பணம்

மரபின்மைந்தன் முத்தையாவுக்கு

அன்புடன்

ஆசிரியர் குறிப்பு

தமிழ் நவீன இலக்கியத்தின் முதன்மை ஆளுமையாகக் கருதப்படும் ஜெயமோகன் தன் பன்னிரண்டாவது வயது முதல் எழுதிவருகிறார். 1988-ல் எழுதப்பட்ட 'ரப்பர்' என்னும் நாவல் 'அமரர் அகிலன் விருது' பெற்றது. தொடர்ந்து சிறுகதைக்கான 'கதா விருது', தேசிய அளவில் சிறந்த இளம்படைப்பாளிக்கு அளிக்கப்படும் 'சம்ஸ்கிருதி சம்மான் விருது' உள்ளிட்ட பல முதன்மையான விருதுகளைப் பெற்றார். 1998ல் இவர் எழுதிய விஷ்ணுபுரம் நூறாண்டு நவீனத் தமிழிலக்கியத்தின் மாபெரும் இலக்கிய முயற்சி என்று பாராட்டப்பட்டது. முந்நூறுக்கும் மேற்பட்ட சிறுகதைகளை எழுதியிருக்கிறார். இலக்கிய விமர்சனம், இந்திய மெய்யியல் ஆகிய தளங்களிலும் எழுதும் ஜெயமோகனின் இருநூறுக்கும் மேற்பட்ட நூல்கள் வெளியாகியிருக்கின்றன. மகாபாரதத்தை இருபத்தாறு பகுதிகளாக, இருபத்தைந்தாயிரம் பக்கங்களில் 'வெண்முரசு' என்ற பெயரில் எழுதி நிறைவு செய்திருக்கிறார். உலகின் பெரிய இலக்கியப் படைப்புக்களில் ஒன்று அது. 'விஷ்ணுபுரம் இலக்கிய வட்டம்' என்ற பெயரில் தன் வாசகர்கள் மற்றும் நண்பர்களைக்கொண்டு ஓர் இலக்கிய அமைப்பையும் உருவாக்கி நடத்திவருகிறார்.

முன்னுரை

இந்தியாவில் இந்துமதம் மீது எப்போதுமே கடுமையான தாக்குதல்கள் முன்வைக்கப்பட்டு வருகின்றன. இந்தியாவின் நவீனக் கல்விமுறையின் ஒரு பகுதியாகவே இந்த இந்துமத எதிர்ப்பு உள்ளது. இங்கே பிரிட்டிஷ் ஆட்சிக்காலத்தில் நவீனக் கல்வி அறிமுகமானபோது அது இந்து மதத்திற்கு எதிரானதாகவே இருந்தது. இந்துமதம் மூடநம்பிக்கைகளும் தீயஆசாரங்களும் கொண்ட பழைமைவாதம் என்றும் நவீனக் கல்வி அதற்கு எதிரான அறிவியக்கம் என்றும் ஓர் எதிரீடு உருவாக்கப்பட்டது.

அந்த எதிரீடு அன்று அது முற்றிலும் பொய் அல்ல என்பதனால் அதற்கு ஆற்றல் மிகுதியாக இருந்தது. அன்று இந்துமதமாக முன்வைக்கப்பட்டது, இறுகிப்போன ஆசாரவாதம் மட்டுமே. கிறித்தவக் கல்வி நிறுவனங்கள் இந்துமதத்திற்கு எதிரான உளநிலையை கட்டமைப்பதில் பெரும்பங்கு வகித்தன. பாரதி முதல் புதுமைப்பித்தன் வரை இதை எழுதியிருக்கிறார்கள். அவர்களின் மதப்பரவல் நோக்கத்தின் ஒரு பகுதி இது.

இந்த உச்ச அழுத்தப் பிரச்சாரம் எதிர்விளைவை உருவாக்கியதை அக்காலத்தைய தன்வரலாறுகளில் மட்டுமல்ல புதுமைப்பித்தன் போன்றவர்களின் புனைகதைகளிலேயே காணலாம். அது இந்து மதத்தின் மீதான பற்றாக திசை திரும்பியது. இந்து மீட்புவாதமாக மாறியது. இந்து மதச்சீர்திருத்த அலை உருவானது. அதுவே இந்திய மறுமலர்ச்சிக்கு வித்திட்டது கூடவே இந்து ஆசாரவாதமும் நவீன முகத்துடன் வேரூன்றியது.

ஆனாலும் சுதந்திரம் கிடைத்த பின்னரும் இந்துமதம் நவீனக் கல்வியால் சிறுமைப்படுத்தப்படுவது இங்கே நீடிக்கிறது. இந்தியாவின் முன்னணி கல்வி நிறுவனங்களில் அரைநூற்றாண்டுக்காலம் மூர்க்கமான இந்து எதிர்ப்பே மையச்சிந்தனையாகத் திகழ்ந்தது. இந்து மத எதிர்ப்பு என்பது இந்தியப் பண்பாட்டு எதிர்ப்பாக உருமாறி இந்திய நாகரீகமே தேக்கமடைந்து நாற்றமடிக்கும் ஒன்றாக உருவகிக்கப்பட்டது. அதற்கு எதிரான எல்லா எண்ணங்களும் பழமைவாதம் என முத்திரை குத்தப்பட்டன.

இந்திய தத்துவம், இந்து மெய்யியல், இந்துக் கலைகள் முழுக்கவே நம் கல்வியில் இருந்து வெளியே தள்ளப்பட்டன. இதற்கு ஆதாரமெல்லாம் தேவையில்லை. கல்லூரிவரை படித்தவர்கள் எண்ணிப்பாருங்கள். நாம் சாக்ரடீசை படித்தோம், பாதராயணரை அறிமுகமே செய்துகொள்ளவில்லை. அல்லவா?

ஐம்பதாண்டுக்காலம் இந்தியக் கல்வித்துறை இந்துமதக் காழ்ப்பால் கட்டமைக்கப்பட்டது என்பதை எதன்பொருட்டும் மழுப்ப முடியாது. அந்த காழ்ப்புக்கான பின் விளைவுகளுக்கு அவர்கள் பொறுப்பேற்றுக் கொள்ளவும் வேண்டும்.

வழக்கம் போல இந்த உச்சகட்ட அழுத்தம் எதிர்வினையை உருவாக்கியது. அதுவே இன்றைய உச்சவிசை கொண்ட, ஒற்றைப்படையான இந்துத்துவ அரசியல். அவர்கள் மறுஎல்லைக்குப் போய் இந்துமதத்தின் மேல் விமர்சனமற்ற வழிபாட்டை முன்வைக்கிறார்கள். அதை ஆராய்வதையே அழித்தொழிக்கும் முயற்சி என நினைக்கிறார்கள்.

இந்தியாவில் உருவான அரசியலியக்கங்களில் கம்யூனிஸ்டுகள், சோஷலிஸ்டுகள், திராவிட இயக்கவாதிகள் போன்றவர்கள் இந்து எதிர்ப்பு அரசியல் கொண்டவர்கள். அவர்களின் செல்வாக்கு மிகுந்த கேரளம், தமிழகம், மேற்குவங்கம் போன்ற மாநிலங்களில் இந்து எதிர்ப்பு என்பது அறிவுத்தளத்தில் ஆழவேரூன்றிய ஒன்று.

இன்றைய அரசியல் சூழல் மதத்தை அரசியல் கொள்கையாக மாற்றிக்கொண்டு விட்டது. பண்பாட்டுக்கூறுகள் அதிகார அரசியல் அடையாளங்களாக மாற்றப்படும்போது அவை விமர்சனத்துக்கு அப்பாற்பட்டவையாக ஆக்கப்படுகின்றன. ஒற்றைப்படையாக ஆக்கப்படுகின்றன. முச்சந்தி விவாதப் பொருளாகின்றன. வன்முறை அரசியலின் பகுதியாக ஆகின்றன.

இந்த மதவெறி அரசியலுக்கு எதிர்வினையாக இந்து எதிர்ப்பு இங்கே மேலும் விசைகொள்கிறது. இந்துத்துவ அரசியலுக்கும் இந்து மெய்யியலுக்குமான வேறுபாட்டையே இந்த அரசியலாளர்கள் கருத்தில் கொள்வதில்லை. அவ்வண்ணம் வேறுபாட்டை மழுப்புவதென்பது இந்துத்துவ அரசியலுக்குத்தான் உதவியானது. இந்துமதத்தின் ஒற்றைப் பிரதிநிதிகள், இந்துமதத்தின் காவலர்கள் என அவர்கள் தங்களை நிறுத்திக்கொள்வார்கள் என்றால் அவர்களை எவரும் வெல்ல முடியாது.

இந்த இரு துருவச் சூழலில் தொடர்ச்சியாக நான் இந்து மெய்யியலை, இந்துப் பண்பாட்டை முன்வைத்து பேசிவருகிறேன். அது நம் மரபு, நம் பண்பாட்டுச் செல்வம், நம் ஆழுள்ளம் அமைந்திருக்கும் வெளி. அதன்மேல் காழ்ப்பை, விலக்கத்தை உருவாக்கிக் கொண்டால் நாம் ஆழமற்றவர்களாவோம். மேலோட்டமான அரசியலுக்கு அப்பால் செல்லமுடியாதவர்கள் ஆவோம். அது நம்மை நாமே சிறுமைசெய்வது.

நம் பண்பாட்டின் மேல் நாம் விலக்கம் கொண்டால் அப்பண்பாட்டின் ஆழத்தில் தங்கள் உள்ளங்களை அமைத்துக் கொண்டு இங்கே இயல்பாக வாழ்ந்து கொண்டிருக்கும் இந்தியாவின் பெரும்பான்மை மக்களிடமிருந்து அண்மைப் படுவோம். அதன்பின் அசலான சிந்தனையையோ கலையையோ நம்மால் உருவாக்க முடியாது.

ஆனால் இந்துப் பண்பாடு என்பதோ இந்து மெய்யியல் என்பதோ இந்துத்துவ அரசியல் அல்ல. பண்பாடு என்பது ஒரு காலகட்டத்தில் ஓர் அரசியல் கட்சியின் கோஷமாகச் சுருங்குவது

அல்ல. மெய்யியல் ஒருபோதும் அரசியலால் அணுகப்பட முடியாது. மதத்தை, மெய்யியலை அரசியலில் இருந்து எல்லாவகையிலும் பிரித்தே ஆகவேண்டும்.

இந்த நிலைபாட்டை மீண்டும் மீண்டும் முப்பதாண்டுகளாக நான் விளக்கி வருகிறேன். அது எளிதல்ல. ஏனென்றால் காழ்ப்பு உருவாக்கும் தீவிரத்துடன் ஏதேனும் ஒரு தரப்பை எடுத்துக்கொண்டு அங்கு நின்று அனைத்தையும் பார்ப்பவர்களே மிகுதி. இந்த நிலைபாடு இருசாராருக்கும் எதிர்ப்புக்குரியதாக இருக்கும். அவர்களின் குறுகல்மனம் இந்த தரப்பை தங்கள் எதிர்த்தரப்பைச் சேர்ந்தது என்றே கற்பித்துக்கொள்ளும்.

இந்து எதிர்ப்பாளர்களால் இந்துத்துவன் என்றும் இந்துத்துவர்களால் இந்து எதிர்ப்பாளன் என்றும் வசைபாடப் படுகிறேன். ஆயினும் இந்தத் தரப்பை முன்வைத்தாக வேண்டியிருக்கிறது. ஒருபக்கம் பண்பாடும் மெய்யியலும் காழ்ப்புடன் புறக்கணிக்கப்படுகின்றன. இன்னொரு பக்கம் அதிகாரநோக்குடன் திரிக்கப்படுகின்றன. இரண்டுமே அழிவுச் சக்திகள் என்று சொல்லியாக வேண்டியிருக்கிறது.

தொடர்ச்சியாக என் இணையதளத்தில் வந்த கேள்விகளுக்கு நான் அளித்த பதில்கள் இவற்றில் உள்ளன. இந்த உரையாடல் தன்மையால் இவை மேலும் அணுக்கமாக வாசகனுடன் பேசுவன என நினைக்கிறேன்.

இந்நூலை பிரியத்திற்குரிய மரபின் மைந்தன் முத்தையா அவர்களுக்குச் சமர்ப்பணம் செய்கிறேன்.

ஜெ

பொருளடக்கம்

பகுதி – I

1. இந்து என உணர்தல்	15
2. இந்துமதம், நாத்திகம், ஆத்திகம்	29
3. இந்துமதமும் ஆசாரவாதமும்	43
4. பார்ப்பான் பிறப்பொழுக்கம்	54
5. இந்துமத விவாதங்கள்	56
6. இந்துமதத்தைக் காப்பது...	63
7. இந்துத்துவன்	73

பகுதி – II

8. வேதப்பண்பாடு நாட்டார் பண்பாடா?	81
9. வேதம் இந்துஞானத்தின் முதல்நூலா?	85
10. நாட்டார் தெய்வங்களும் சம்ஸ்கிருதமும்	90
11. நாட்டார்த் தெய்வங்கள் விலக்கமும் ஏற்பும்	97
12. இந்துமதம், சம்ஸ்கிருதம், பிராமணர்	105
13. சமணமும் பாகன் மதங்களும்	118
14. மாட்டிறைச்சி – அரசியலும் பண்பாடும்	127

பகுதி – III

15. ஒருதெய்வ வழிபாடு	143
16. பக்தியும் தத்துவமும்	147
17. பிறந்த இடம், கறந்த இடம்	151
18. அறிந்து முன்செல்பவர் வழிபடலாமா?	155
19. பெண்களின் துறவு, ஒரு வினா	159
20. துறவும் இலக்கிய வாசிப்பும் – ஒரு கடிதம்	168
21. கடவுள், தொன்மம், சில வினாக்கள்	171
22. செயலின்மையைச் சொல்கிறதா இந்துமதம்?	174

பகுதி - I

இந்து என உணர்தல்

ஜெ,

பலரையும் போல நானும் உங்கள் 'அறம்' தொகுப்பின் வழியே உங்களை அடைந்தேன். அதன்பின் 'வெண்கடல்', 'ரப்பர்', 'பனிமனிதன்', 'வெள்ளையானை', 'ஏழாம் உலகம்' போன்ற புனைவுகளையும், 'முன்சுவடுகள்', 'இன்று பெற்றவை' போன்ற அபுனைவுகளையும் மற்றும் 'இந்து ஞான மரபின் ஆறு தரிசனங்கள்' என்ற தத்துவ நூலையும் வாசிப்பதன் வழி உங்களுடன் ஒரு நெருக்கமான அகப் பயணத்தை மேற்கொண்டேன். பின் நவீனத்துவத்தின் மீதான என் காதலை வளர்த்தெடுத்தவர் நீங்கள் தான். தர்க்கத்தையும் தாண்டிய உச்ச நிலைகளை உங்கள் படைப்பின் மூலம்தான் கண்டுணர்ந்தேன்.

எனக்குச் சில சந்தேகங்கள் உள்ளன. அவை

அ) இந்துக்களுக்கும் இந்துத்துவர்களுக்கும் உள்ள வேறுபாட்டைப்பற்றி நீங்கள் நிறைய எழுதிவிட்டீர்கள். சலித்திருக்கூடும். என்னுடைய கேள்வியும் இதை ஒட்டித்தான். அந்த வேறுபாட்டை என்னால் நன்கு உணரமுடிகிறது. ஆனால் ஒரு இந்துவாக நான் ஏன் பெருமைப்பட வேண்டும்? "ஒரு மனிதனை அவனுடைய சொந்த ஆளுமையை வைத்து மதிப்பிடும்போதுதான் அவனுக்குரிய உண்மையான மதிப்பு வெளிப்படுகிறது" என்ற உங்கள் சொற்கள் காட்டும் வெளிச்சத்தின் வழி பார்த்தால் இந்துவாக பிறந்ததைத்தவிர வேறு என்ன செய்துவிட்டேன், நான் பெருமை கொள்வதற்கு? சாதியைப் போல் மதமும் ஒரு குறுகலான மனப்பான்மைதானே?

ஆ) நான் அண்ணல் அம்பேத்கரின் கண்களால் இந்து மதத்தை அணுகியவன். எனக்கு இந்துக்கள் என்பவர்கள் சாதிகளால் பிணைக்கப்பட்ட குழுமம் என்ற புரிதலே மேலோங்கி இருக்கிறது. ஒரு சக இந்து வலியால் துடித்துக்கொண்டிருக்க, நான் மட்டும் எவ்வாறு 'இந்து' எனக் கூறி பெருமிதம் அடைய முடியும். நீங்கள் சொல்லும் ஆசாரங்கள் வேறு இந்து தரிசனம் வேறு என்ற வேறுபாட்டை என்னால் புரிந்துகொள்ள முடிகிறது. ஆனால் அந்த புரிதல் யாருடைய வலியையும் நீக்கப் போவதில்லை. அப்படியிருக்க, இப்போதைய இந்துக்கள் யாரும் இந்து மதம் போதிக்கும் தத்துவங்களை அறியாதவர்களா? அந்த அறியாமையில் என்ன பெருமை? இந்த ஐயங்களை பற்றிய உங்களது விளக்கங்களை எதிர்பார்க்கின்றேன். நன்றி.

இப்படிக்கு

கருப்பன்

[விக்னேஷ் முத்துக்கிருஷ்ணன்]

***

அன்புள்ள கருப்பன்,

உங்கள் புனைபெயருடன் உண்மைப் பெயரையும் பிரசுரிக்கிறேன். ஏனென்றால் இளமையில் நாம் இப்படிச் சில அடையாளங்களை சூட்டிக்கொண்டு அதனூடாகச் சிந்திக்கிறோம். பிறரையும் அப்படி நம்மைப் பார்க்கும்படி கட்டாயப்படுத்துகிறோம். இதனால் நம்மைப் பிறர் பார்க்கும் பார்வையையும் கட்டுப்படுத்திவிடுகிறோம். மெய்யான எதிர்வினைகள் வராமல் செய்துவிடுகிறோம்.

உங்களுடைய ஐயங்கள் மெய்யானவை. இந்த ஐயங்களை அல்லது இவற்றுக்குப் பின்னாலுள்ள அறவுணர்வை மழுங்கவைக்க நான் முயலப்போவதில்லை. அவை அவ்வாறே கூர்மையுடன் நீடிக்கட்டும் என்றே சொல்ல விரும்புகிறேன்.

முதலில் ஏன் இந்து என்ற அடையாளம் அல்லது மரபுத்தொடர்ச்சி தேவை என நான் நினைக்கிறேன்? இது என் தரப்பு, நான் ஏன் அப்படி நினைக்கிறேன் என்பதற்கான

பதில். நீங்கள் இதை யோசித்துப் பார்க்கலாம் என்று மட்டுமே சொல்வேன்.

நான் மானுட அறிதல் என்பது நிகழ்காலத்தின் எல்லைக்குள் நின்றிருப்பது அல்ல என்று உறுதியாக அறிகிறேன். நிகழ்காலத்தின் அரசியல், சமூகவியல், பண்பாட்டுச்சூழலில் இருந்து அறிதல்கள் நிகழ்ந்துகொண்டே இருக்கின்றன. அவற்றைத் தவிர்க்கமுடியாது, அது இயல்பான செயல்பாடு. ஆனால் அறிதல் என்பது தொடர்ச்சியானது. மிகமிகத் தொன்மையான காலத்தில் இருந்து, பழங்குடிக் காலத்திற்கும் முன்பிருந்து, திரண்டு வந்துகொண்டிருப்பது. நம் வழியாக முன்செல்வது.

யோசித்துப் பாருங்கள், இப்படி புரிந்துகொண்டால் ஒழிய சிந்தனைக்கும் பண்பாட்டுச் செயல்பாடுகளுக்கும் எப்பொருளும் இல்லை. நமக்கு நேற்று பொருட்டல்ல என்றால் நாளை வருபவர்களுக்கு நமது இன்றைய சிந்தனைகளும் பண்பாடும் பொருட்டே அல்ல. அப்படியென்றால் நாம் சிந்திக்கவேண்டாம், கலைகளை உருவாக்கவும் வேண்டாம், இல்லையா?

மானுட அறிவு மிகத்தொன்மையான காலம் முதல் தொடர்ச்சியாக உருவாகி, ஒன்றுடன் ஒன்று மோதி முரண்பட்டு இணைந்து, தன்னைத்தானே திரட்டிக்கொண்டு நம்மை வந்தடைந்திருக்கிறது. நாம் சிந்திப்பதும் கனவு காண்பதும் அதன் நீட்சியாகவே. சமகாலத்திலேயே உழல்பவர்கள் கூட அந்த நீட்சியிலேயே இருக்கிறார்கள்.

அன்றாட வணிகம், அன்றாட அரசியல் ஆகியவற்றிலேயே திளைப்பவர்களின் அகம்கூட தொன்மையிலிருந்து நீண்டு வரும் மரபின் மேலேதான் நிகழ்கிறது. அவர்கள் என்னென்ன தர்க்கம் பேசினாலும் அவர்களின் எளிய அறிவால் பதில் சொல்லிவிட முடியாத கேள்விகளுக்கு மரபின் பதில்களையே நாடுவார்கள். அன்றாடத்தில்கூட தன்னையறியாமலேயே மரபின் பதில்களை மறுசமையல் செய்து கையாள்வார்கள்.

அறிவியக்கத்தில் செயல்படுபவன் அந்த மரபு குறித்து அறிந்திருக்கவேண்டும், அதை ஆராயவேண்டும், தன்னுணர்வுடன்

இந்து மெய்மை ❈ 17

அதைக் கையாளவேண்டும் என்று மட்டுமே நான் சொல்கிறேன். என் பயணங்களை நீங்கள் பார்க்கலாம். தொல்பழங்காலச் சின்னங்கள் முதல் இன்றைய பண்பாட்டு நிலைகள் வரை சென்றுகொண்டே இருக்கிறேன். அது இந்தத் தேடலால்தான்.

மரபின் சிந்தனைகளின் பெரும்பகுதி மதத்திலேயே உள்ளது. மதம் என்பது வெறும் நம்பிக்கை அல்ல. ஆசாரங்களின் தொகுதி மட்டும் அல்ல. சட்டதிட்டங்கள் அல்ல. அது ஒரு மாபெரும் அறிவுத்தொகை. எந்த மதமாக இருந்தாலும் சரி, அது குறைந்தது ஆயிரமாண்டுகளாக மானுடசிந்தனை செயல்பட்ட ஒரு பெருக்கின் பதிவாகவே நமக்கு கிடைக்கிறது. அதை எந்தச் சிந்திக்கும் மனிதனும் முற்றாக நிராகரிக்க முடியாது.

அதிலும், இந்துமதம், பௌத்தமதம், சமணமதம் போன்றவை மிகமிகத் தொன்மையானவை. இரண்டாயிரம் ஆண்டுகளுக்கும் மேலாகத் தொடர்ச்சியாக சிந்தனையில், பண்பாட்டுத்தளத்தில் செயல்பட்டு வருபவை. பல்லாயிரம் அறிஞர்கள் மற்றும் ஞானிகளின் சிந்தனைகள், இலக்கியங்கள், கலைப்படைப்புக்கள் அவற்றில் திரட்டப்பட்டுள்ளன. அவை மாபெரும் மானுடச்செல்வங்கள்.

அவற்றிலேயேகூட இந்துமதம் மேலும் தொன்மையானது. அதன் ஒருபகுதி வரலாற்றுக்கும் முந்தைய பழங்காலத்தில் உள்ளது. கற்காலத்துத் தொல்குடி வாழ்க்கையில் உள்ளது. மறுபகுதி இதோ நம் கண்ணெதிரில் உள்ளது. இன்று, இந்த உலகப்பரப்பில் வேறெந்த மதத்துக்கும் இந்த தனித்தன்மை இல்லை. மானுட சிந்தனை, மானுடக்கலை இத்தனை நூற்றாண்டுகளில் எப்படி உருவாகி வந்தது என்று கண்கூடாகக் காணும் வாய்ப்பை அளிக்கும் பிறிதொரு களமே உலகில் இல்லை. இது கொஞ்சம் புரட்டிப்படிக்கும் பழக்கமுள்ள, காழ்ப்பற்ற, எவரும் காணக்கூடிய உண்மை.

ஓர் உதாரணம் சொல்கிறேன். கற்காலத் தொல்குடிச் சின்னங்களில் இரண்டு மான்களை வேட்டையாடி கையிலேந்தி நின்றிருக்கும் ஒரு வேடனின் உருவம் காணப்படுகிறது. Master of Animals என அதை ஆய்வாளர் சொல்கிறார்கள்.

எல்லா தொல்குடிப் பண்பாடுகளிலும் அந்த வடிவம் ஏதோ ஒருவகையில் உள்ளது. மெசபடோமியா, எகிப்து பண்பாடுகளில் உள்ளது.

அதை 'அதிருஷ்டம் கொண்டு வருபவன்' என்று சொல்கிறார்கள். ஆனால் பசித்தபோது உணவுடன் வரும் தந்தை என்றும் கொள்ளலாம். கனவில் உணவுடன் வந்த தந்தை வடிவமாக இருக்கலாம். நாம் ஊகிக்கவே முடியாத ஒரு காலகட்டத்தின் வடிவம் அது.

அவ்வடிவங்கள் இந்தியாவின் கற்காலச் சின்னங்களில் உள்ளன. அதே வடிவம் கொஞ்சம் உருமாறி இந்தியாவின் மிகத்தொன்மையான சிவவடிவமான குடிமல்லம் சிவலிங்கத்தில் உள்ளது. மானை தலைகீழாகப் பிடித்து ஒரு கையில் வேட்டை ஆயுதத்துடன் இருக்கும் சிவன். பின்னர் அந்த மான் அருகே துள்ளி நின்றிருப்பதாக மாறியது. சிவனின் வடிவங்களில் அவர் வேடனாக வரும் பிட்சாடனர், கிராத மூர்த்தி போன்ற உருவங்கள் முக்கியமானவை.

யோசித்துப்பாருங்கள், கண்ணெதிரே ஐம்பதாயிரம் ஆண்டுக் காலம் நீண்டு வளர்ந்து வந்திருக்கும் ஒரு மகத்தான படிமம் நின்றிருக்கிறது. நினைப்புக்கெட்டா தொல்வடிவிலிருந்து நம் மூதாதையர் எண்ணி எண்ணி, கனவுகண்டு கனவுகண்டு, திரட்டி எடுத்த ஒன்று. நம் ஊரில் ஆலயத்தில் கரிய மழமழப்பான கல்லென அமர்ந்திருக்கிறது அது. எத்தனை அரியது அது. மானுடகுலத்தில் எத்தனைபேருக்கு அப்படி ஒன்று மரபில் இருந்து வந்து சேர்ந்திருக்கிறது?

என்னை அது வெறும் தூசியென, காலக்குமிழியென உணரச் செய்கிறது. கூடவே மானுடமென இந்த முப்பதாயிரம் ஆண்டுகளும் அறுபடாது நீடித்த மரபுத்தொடர் நான் என்னும் பெருமிதத்தையும் அளிக்கிறது. இதை நான் ஏன் இழக்கவேண்டும்? இழந்து நான் அடைவதுதான் என்ன?

நான் அதனுடன் என்னை அடையாளப்படுத்திக் கொள்ளும்போது ஒரு மகத்தான மரபுடன் இணைகிறேன். என் அடையாளத்தை அவ்வாறு உருவாக்கிக் கொள்கிறேன். பெரும்

கனவுகளைக் காண்கிறேன். அதை தவிர்த்துவிட்டு நான் எந்த அடையாளத்தைச் சூடிக்கொள்ளவேண்டும்? அரசியல்வாதிகள் சமைத்தளிக்கும் மந்தை அடையாளங்களையா? அல்லது தொழில்நுட்பம் உருவாக்கி அளிக்கும் நுகர்வோர் அடையாளத்தையா?

ஐரோப்பாவிலும், மத்திய ஆசியாவிலும், கிறிஸ்தவமும் இஸ்லாமும் அங்கிருந்த பாகன் மதங்களை அழித்தன. தடையமே இல்லாது செய்தன. இன்று பேரறிஞர்கள் மிகப்பெரிய உழைப்பு செலுத்தி துளித்துளியாக அவற்றை மீட்டுக் கொண்டிருக்கிறார்கள். அந்தப்பணி தொடங்கி இருநூறாண்டுகளாகின்றன. சாதாரணமாக இணையத்திற்குச் சென்று பார்த்தாலே அந்த அறிவுச் செயல்பாட்டின் பேருருவை காணமுடியும்.

அப்படி இருக்க கண்ணெதிரே ஏறத்தாழ முழுமையுடன் நின்றிருக்கும் அத்தகைய ஒரு தொல்மதம் எத்தனை பெரிய பண்பாட்டுச் சொத்து. எவ்வளவு பெரிய மானுடச்செல்வம். அதை அழியவேண்டும் என்பவர்கள் அறியாமூடர்கள் அன்றி வேறல்ல.

இந்து மதத்தின் அறிவுத்தொகுப்பு, பண்பாட்டுத் தொகுப்பு மனம் பிரமிக்கச் செய்யும் அளவுக்குப் பிரம்மாண்டமானது. மானுடசிந்தனை தவிர்க்கவே முடியாதவர்கள் என இருநூறு தத்துவஞானிகளை அதில் சுட்டமுடியும். மானுடன் கொண்டாடவேண்டிய முந்நூறு பெரும்படைப்பாளிகளை அட்டவணையிட முடியும். ஞானிகளின் நிரை மிகப்பெரியது.

அதில் ஓர் உறுப்பினர் என்று சொல்வதில் எந்த இழிவும் இல்லை. அது பெருமிதத்திற்குரியது. அது இழிவு என நமக்கு கற்பிக்கப்பட்டுள்ளது – கற்பிப்பவர்கள் உள்நோக்கம் கொண்டவர்கள். மானுடத்தின் செழிப்பான ஒருபகுதியை ஏற்கனவே அழித்தவர்கள். எஞ்சுவதை அழிக்க நினைப்பவர்கள்.

இந்த பெரும்பெருக்கின் தொடர்ச்சியாக என்னை நான் உணரும்போது சிந்தனையில் பண்பாட்டில் ஒரு பெருஞ்செல்வத்தை அடைந்தவனாகிறேன். அதை என்னால்

இழக்கமுடியாது. ஆகவேதான் நான் இந்து. அதைச்சொல்வதற்காக சென்ற முப்பதாண்டுகளில் இங்குள்ள மூளைச்சலவை செய்யப்பட்ட அரசியல் கும்பலால் இழிவுசெய்யப்படுகிறேன், பல தளங்களில் வெளியேற்றப்படுகிறேன். ஆனால் அதைச் சொல்லாமலிருக்க மாட்டேன்.

அறிவு-கலைச்செல்வத்தின் நுட்பமான தொடர்ச்சியாகச் சொல்லத்தக்கது ஆழ்படிமங்கள். [Archetype] தொன்மங்கள், படிமங்கள், நம்பிக்கைகள், கதைகள் என அது பலமுகம் கொண்டிருக்கிறது. ஆழ்படிமங்கள் வழியாகவே மானுட உள்ளம் ஆழ்ந்து யோசிக்கமுடியும். தன் அடிப்படைகளைப் பற்றி உசாவமுடியும்.

இப்படிச் சொல்கிறேன், நீங்கள் உங்கள் அன்றாடச் சிக்கல்களைப் பற்றிப் பேச அன்றாட அடையாளங்களும் குறியீடுகளும் போதும். அடிப்படைகளைப் பற்றிப் பேச ஆழ்படிமங்கள் தேவை. நீங்கள், நீங்கள் மட்டுமாக நின்று சிந்திக்க அன்றாட விஷயங்கள் போதும், பல்லாயிரம் ஆண்டு தொன்மை கொண்ட மானுட உள்ளமாக நின்று யோசிக்க ஆழ்படிமங்கள் தேவை.

அந்த ஆழ்படிமங்கள் பழங்குடி வாழ்க்கையிலிருந்து தொடங்கி மெல்ல மெல்ல வேரூன்றியிருப்பவை. அவற்றை உருவாக்க முடியாது, அவை காலத்தில் உருவாகி வரவேண்டும். அவற்றுக்கு எந்த தர்க்கமும் ஒழுங்கும் இல்லை. அவை நம் என்றுமுள்ள தேடல்கள், அச்சங்கள், கண்டடைதல்களிலிருந்து பிறப்பவை. அவை மதங்களில்தான் தொகுக்கப்பட்டுள்ளன.

இந்துமதம் போன்று மிகமிகத் தொன்மையான ஒரு மதத்தில், பழங்குடிப் பண்பாடு அப்படியே உள்ளே உறையும் ஒரு மதத்தில் அவை அழியாது பேணப்படுகின்றன. அவை எந்த புனைவிலக்கியவாதிக்கும், எந்த சிந்தனையாளனுக்கும் பெருஞ்செல்வம். அவன் உள்ளத்தை கட்டமைக்கின்றன, மேலும் சிந்திக்க வழியமைக்கின்றன.

ஐரோப்பாவின் மாபெரும் மறுமலர்ச்சி என்பது அது தன் புதைக்கப்பட்ட பாகன் பண்பாட்டின் ஆழ்படிமங்களை

மீட்டெடுத்ததில் இருந்து தொடங்குகிறது. அதன் சிந்தனை, கலை எல்லாம் அங்கிருந்தே பெருகிப் பேருருக்கொண்டன. அதன் தத்துவம் அங்கிருந்தே உருவாகியது. அந்தத் தத்துவமே அறிவியலை உருவாக்கியது. நம் கண்முன் நமது தொன்மை விரிந்து கிடக்கிறது. எவரோ சொன்னார் என்று நாம் புறந்திரும்பி நின்று கொண்டிருக்கிறோம்.

அந்த ஆழ்படிமங்களை நான் அடையவேண்டும் என்றால் நான் அதனுடன் அடையாளப்படுத்திக் கொள்ளவேண்டும். நான் அதன் நீட்சியாக என்னை உணரவேண்டும். ஆகவேதான் நான் இந்து.

நான் இப்போது பதினேழாம் நூற்றாண்டு பிரிட்டிஷ் கற்பனாவாதக் கவிஞர்களை வாசித்துக் கொண்டிருக்கிறேன். அவர்கள்தான் உலகமெங்கும் புதியகவிதையின் அடிப்படைகளை உருவாக்கிய முன்னோடிகள். அவர்கள் அனைவரிலும் இருக்கும் பாகன் பண்பாட்டு அடிப்படைகள் பிரமிக்க வைக்கின்றன. அவர்களை அந்தப் பண்பாட்டுக் கூறுகள் இல்லாமல் புரிந்துகொள்ளவே முடியாது.

அந்த பாகன் பண்பாடு பன்மைத்தன்மை, இயற்கையுடனான அணுகுமுறை, பிரபஞ்சப் பார்வை ஆகியவற்றில் இந்துமதத்திற்கு மிக அணுக்கமானது. நமக்கு என்ன தடை? எவர் அளிக்கும் தடை?

இந்த மாபெரும் தொடர்ச்சியை நான் ஏன் உதறவேண்டும்? உதறியபின் எனக்கு எஞ்சுவது என்ன? ஐரோப்பாவில் இருந்தும் மத்திய ஆசியாவில் இருந்தும் வந்துசேரும் எளிமையான தீர்க்கதரிசன மதங்கள். அவற்றின் ஒற்றைநூல் நம்பிக்கைகள். அவற்றை நோக்கி என்னை செலுத்தும் பொருட்டுத்தானே இந்த மூர்க்கமான இந்து எதிர்ப்பு இங்கே கட்டமைக்கப்படுகிறது?

அந்தத் தீர்க்கதரிசன மதங்கள் உலகமெங்கும் பேரழிவுகளை உருவாக்கியவை. தங்களுக்குள்ளேயே தீராப்போர்களை உருவாக்கி தங்களையே அழித்துக் கொண்டவை, கொள்பவை. அடிமைமுறையை பலநூறாண்டுக்காலம் நிலைநிறுத்தியவை.

இனவெறுப்பை பேணுபவை. அம்பேத்கரே அவற்றைப் பற்றி எழுதியிருக்கிறார்.

சரி, அதீத கூர்மையுடன் நான் தேடிச்சென்றால்கூட ஐரோப்பா உருவாக்கிய மறுமலர்ச்சிக்கால பொருள்முதல்வாத பண்பாட்டை அல்லது அறிவொளிநோக்குப் பண்பாட்டை ஏற்றுக்கொள்ள வேண்டும். அவை அங்குள்ள பாகன் மதத்தின் ஊற்றுக்களில் இருந்து அவர்களால் உருவாக்கப்பட்டவை. அவற்றை நான் ஏன் இங்கேயே தேடிக்கொள்ளக் கூடாது? அறிவொளிநோக்கு வேண்டுமென்றால் எனக்கு சங்கரர் போதுமே. பொருள்முதல்வாதம் வேண்டுமென்றால் கபிலரோ, கணாதரோ போதுமே? நான் ஏன் இரவல் சிந்தனையாளனாக ஆகவேண்டும்? எவருடைய நலனுக்காக?

சரி, நீங்கள் கேட்ட கேள்விகள். முதலில், இந்துமதம் சாதிகளால் கட்டமைக்கப்பட்டதா? ஆமாம், அது உருவாகி வந்த பரிணாமத்தில் அது பிறப்படிப்படையிலான சாதியடுக்குகளாகவே திரண்டு வந்தது. அது எவராலும் அப்படி கட்டமைக்கப்படவில்லை. பலநூறு இனக்குழுக்கள் பொதுவான நம்பிக்கைகள் ஆசாரங்களின் அடிப்படையில் ஒருங்கிணைக்கப்பட்டு இந்துசமூகம் உருவானபோது அவர்களின் எண்ணிக்கை, போர்வல்லமை, ஆதிக்கத்திறன் ஆகியவற்றின் அடிப்படையில் மேல் கீழ் என்னும் அடுக்கு உருவானது. அது பின்னர் தத்துவார்த்தமாக விளக்கப்பட்டது. அதுவே சாதிமுறை.

அவ்வண்ணம் பிறப்பு அடிப்படையிலான அடுக்குமுறை இல்லாத ஒரு சமூகம்கூட உலகில் எங்கும் இல்லை. நிலப்பிரபுத்துவத்தின் இயல்பு அது. உலகமெங்கும் அது ஒவ்வொரு இடத்திலும் ஒவ்வொரு வகையானது. இந்தியாவில் அது சாதிமுறை. அதில் ஒடுக்குமுறை இருந்தது. ஆனால் உலகமெங்கும் அதே ஒடுக்குமுறை இருந்தது என்பதே வரலாறு.

உலகம் முழுக்க நிலப்பிரபுத்துவம் அழிந்துவருகிறது. அன்றிருந்த சமூக அமைப்புக்களும் அழியும். அவற்றை நிலைநிறுத்தும் உளப்போக்குகள் மேலும் சில தலைமுறைகளில் அழியும். சாதியும் அவ்வண்ணமே நம் கண்முன் அழிந்து

வருகிறது. இன்று அது மேல்கீழ் அதிகார அடுக்கு அல்ல. அரசியலுக்கான திரளடையாளம் மட்டுமே. அதுவும் மறையலாம். அதையும் அழித்தாகவேண்டும்.

நீங்கள் இந்த வரலாற்று உண்மையை 'இந்துமதம் என்பது சாதிகள் மட்டுமான ஒன்று' என்று திரித்துக்கொள்கிறீர்கள். நம் சூழலில் செய்யப்படும் பொதுவானதிரிபு இது. இளைஞர்கள் அதை அரசியலில் இருந்து கற்றுக்கொள்கிறார்கள்.

இந்துமதம் என்பது சாதிமுறை மட்டும் அல்ல. அதன் சமூகக் கட்டமைப்பில் ஒரு சிறு பகுதிதான் சாதி. அதன் மெய்யியல் சாதி சார்ந்தது அல்ல. அதன் அடிப்படை ஞானம் சாதிச்சார்பு கொண்டது அல்ல. சாதி ஒழிந்தாலும் இந்துமெய்ஞானம் எந்த ஊறுமின்றி நிலைகொள்ளும். உண்மையில், மேலும் வளரும்.

இந்து மதத்தின் மெய்யியல், தத்துவம், இலக்கியம், கலை ஆகியவை அனைத்துமே சாதிமுறைக்காக மட்டுமே நிலைகொள்பவை என இன்று இளைஞன் ஒருவன் எண்ணுவான் என்றால், அவன் எந்தத் தரப்பினன் ஆயினும், அறிவிலியே. சாதிமுறையின் பொருட்டு அவை அனைத்தையும் ஒருவன் துறப்பான் என்றால் அவன் வரலாற்றை நோக்கி கண்மூடிக்கொண்டவன் மட்டுமே.

இந்துமதத்தின் வரலாற்றிலேயே சாதிகள் தொடர்ந்து முன்னும் பின்னும் படிநிலைகளில் நகர்ந்துகொண்டே இருந்திருக்கின்றன. சாதிமுறையில் பெரும் மாற்றங்கள் நிகழ்ந்த புரட்சிகள் உருவாகியிருக்கின்றன. சாதிமுறை இன்று தளரும்போதும் இந்துமதம் எவ்வகையிலும் தளர்வடையவில்லை. வளர்ச்சியே அடைகிறது.

ஒரு குறிப்பிட்ட கோணத்தில், ஓர் அரசியல் தளத்தில் செயல்படும் அறிஞர்கள் வரலாற்றை ஒரு நோக்கில் விளக்கியிருக்கலாம். அவர்கள் காலகட்டத்தின் அரசியல் தேவைகள், வரலாற்றுப் பார்வைகள் அவர்களை இயக்கியிருக்கலாம். அதற்கான நியாயங்கள் அவர்களுக்கு இருந்திருக்கலாம். அந்நியாயங்களை நாம் புரிந்துகொள்ளலாம்.

ஆனால் நமக்குத்தேவை நாமே அறியும் வரலாற்று நோக்கு, பண்பாட்டு நோக்கு.

மதம் அளிப்பது மெய்யியலை. அந்த மெய்யியலை தத்துவம் என்றும், கலை என்றும், அறவியல் என்றும் விரித்துக்கொள்வது அந்தச் சமூகத்தின் பொறுப்பு. அச்சமூகத்தின் தோல்விகளுக்கு மதமே காரணம் என்று சொல்வதென்றால் அதை அத்தனை சிந்தனை, கலை, இலக்கியம் அனைத்துக்கும் போட்டுப்பார்க்கலாமே?

சரி, இந்துமதம் எளியோருக்காக ஒன்றும் செய்யவில்லை. வேறு எந்த மதம் செய்கிறது? அடிமைமுறையை பல நூறாண்டுகள் நிலைநிறுத்திய மதங்களா? அயல்நிலங்களை ஆக்ரமித்து அங்குவாழ்ந்த கோடானுகோடி மக்களை வேரோடு அழித்த மதங்களா? அச்செயல்களுக்கு பலநூறாண்டுகள் நியாயம் கற்பித்த மதங்களா? இனவாதத்தை இன்றும் பின்னின்று இயக்கும் மதங்களா?

வரலாற்றைப் புரட்டிப் பாருங்கள். உங்கள் பார்வையில் பார்த்தால்கூட பாவக்கணக்கு மிகக்குறைவான மதங்கள் மூன்று இந்திய மதங்கள் மட்டுமே.

சரி, மதங்களை விடுவோம். நவீனச் சிந்தனைகளை எடுத்துக் கொள்வோம். ஐரோப்பாவின் களத்தில் உருவானவை நவீன ஜனநாயகச் சிந்தனைகள். நவீன இலக்கிய-தத்துவச் சிந்தனைகள். நவீனக் கலைகள். ஆனால் காலனியாதிக்கம் அந்த ஐரோப்பாவின் கொடை. உலகை பஞ்சத்திலாழ்த்திச் சூறையாடியவை ஐரோப்பிய நாடுகள். உலகப்போர்களை விட பலமடங்கு மக்களை பட்டினியில் சாகவிட்டவை. ஐரோப்பியச் சிந்தனைகள் அனைத்துமே காலனியத்தின் கறைபடிந்தவை என தூக்கி வீசிவிடலாமா?

சரி, அது நேற்று. இன்று? நீங்கள் சொல்லும் பின்நவீனச் சிந்தனைகள் எங்கே உருவாகின்றன? முதன்மையாக ஃபிரான்ஸில். ஜெர்மனி, பிரிட்டன், அமெரிக்காவில். அங்குள்ள கல்விநிலையங்களில். பெரும் ஊதியத்தையும் நிதிக்கொடைகளையும் பெறும் பேராசிரியர்கள் அவற்றை

உருவாக்குகிறார்கள். அந்த பல்கலைகளுக்கு நிதியளிப்பவர்கள் யார்? பெரும் வணிகர்கள், வணிக நிறுவனங்கள், அங்குள்ள அரசு.

அந்த வணிகர்கள், நிறுவனங்கள் செய்யும் தொழில் என்ன? அங்குள்ள அரசுகளின் வருவாய் முதன்மையாக எது? ஆப்ரிக்க ஆசிய நாடுகளில் போலி ஆட்சியாளர்களை நிறுவி அவர்களின் வளங்களைச் சுரண்டுவது. ஆயுதங்களை உற்பத்தி செய்து ஆசிய ஆப்ரிக்க நாடுகளுக்கு விற்று அவர்களை சுரண்டுவது. அவர்கள் ஓயாது போர் புரியும்பொருட்டு உட்பூசல்களை, தேசியமோதல்களை உருவாக்குவது.

அந்தச் சிந்தனைகளை ஏற்க, பயில இந்த உண்மைகள் உங்களுக்குத் தடையாக அமையவில்லை இல்லையா? இந்தச் சிந்தனைகள் அவர்களுக்கு அளிக்கப்படும் நேரடி நிதிகள் எவ்வாறு உருவாகின்றன, என்னும் பொறுப்பை ஏற்றுக்கொள்ள வேண்டியவை என்று தோன்றவில்லை இல்லையா?

உங்கள் அளவுகோல்களின்படி இங்கே அநீதி உள்ளது, சுரண்டல் உள்ளது. ஆகவே திருக்குறள் தேவையில்லை. சங்க இலக்கியம் பயனற்றது. அத்தனை தத்துவங்களும் வீண், இல்லையா?

அப்படிச் சொல்லமாட்டீர்கள். ஆனால் சாதிமுறையை, அல்லது சமகாலத்தில் உள்ள சுரண்டலை இந்து மெய்ஞானம் பொறுப்பேற்றுக் கொள்ளவேண்டும் என்பீர்கள். அதை ஒட்டுமொத்தமாக நிராகரிக்க அதை காரணமாக ஆக்குவீர்கள், இல்லையா? அந்த மனநிலையை உங்களில் உருவாக்கியவர் யார்? அதை யோசியுங்கள்.

உங்கள் பிழையை நான் செய்ய மாட்டேன். பிரான்ஸ் அரசு ஆயுத வியாபார அமைப்பு என்பதனால், சார்போன் பல்கலை ஆயுதவியாபாரிகளின் நன்கொடையால் இயங்குகிறது என்பதனால், எனக்கு சார்த்தர் முதல் ஃபூக்கோ வரையிலானவர்கள் பொருளற்றவர்களாக தோன்றமாட்டார்கள். ஐரோப்பா காலனியாதிக்கம் செலுத்தியது

என்பதனால் ஐரோப்பியச் சிந்தனையாளர்கள் அன்னியமாக தோன்றமாட்டார்கள்.

கிறிஸ்தவ மத அமைப்பு அடிமைமுறையை பரப்பியது, உலகமெங்கும் தொல்குடிகளை முற்றழித்தது என்பதனால் நான் கிறிஸ்தவ மெய்ஞானத்தை பழிக்கமாட்டேன். அந்த மெய்ஞானம் எனக்கு தேவை. அது வேறொரு தளம். எனக்கு எந்நிலையிலும் கிறிஸ்து தேவை.

மதத்திலுள்ள மெய்யியல், தத்துவம், கலை ஆகியவை ஓர் இலட்சியதளத்தில் செயல்படுகின்றன. மதமென்னும் உலகியல் அமைப்பு வேறொரு தளத்தில் செயல்படுகிறது. உலகியலை இலட்சியவாதம் கட்டுப்படுத்தவும் வழிநடத்தவும் முயல்கிறது. ஆனால் உலகியல் ஒருபோதும் இலட்சியவாதத்தின் முழுக்கட்டுப்பாட்டில் இருப்பதில்லை. ஒரு பண்பாட்டின் உலகியல் நடத்தையை வைத்து அப்பண்பாட்டில் உள்ள இலட்சியவாதத்தை நிராகரித்தால் உலகின் எந்தச் சமூகமும் பொருட்டாக மிஞ்சாது.

நாம் மதத்தில் இருந்து அதன் இலட்சியவாதத்தைப் பெற்றுக்கொள்ளலாம். அதைச் சமகால இலட்சியவாதத்துடன் இணைத்து மேலெடுக்கலாம். மதம் உருவாக்கும் உலகியல் அமைப்புக்களை அந்த இலட்சியவாதத்தின் அடிப்படையில் காலந்தோறும் மறு அமைப்பு செய்யலாம். மதத்திற்குள் உருவாகும் அத்தனை சீர்திருத்தவாதிகளும் செய்தது அதையே. சங்கரர், ராமானுஜர் முதல் நாராயண குரு, வள்ளலார் வரை.

கடைசியாக ஒன்று. இதெல்லாம் சிந்தனை, கலை, இலக்கியம் போன்ற தளங்களைச் சார்ந்தவை. இவற்றுக்கு அப்பால் மானுடன் தேடும் மீட்பு ஒன்றுண்டு. முழுமையறிதல், நிறைவடைதல் என அதைச் சொல்கிறேன். வாழ்வினூடாகச் சென்றடையும் நிறைநிலை அது. அதை நான் வேதாந்தத்தில் கண்டடைகிறேன். நான் நேற்றுவரை அதைக் கொஞ்சம் ஐயத்துடன் கற்றறிந்ததாக மட்டுமே முன்வைப்பேன். இன்று அந்தத் தயக்கமேதுமில்லை. வேதாந்தம் மெய்மையின் வழி.

வேதாந்தம் எனக்கு மெய்ஞானத்தை 'வழங்கவில்லை', நான்

செல்லவேண்டிய பாதையை அளித்தது. உரிய ஆசிரியர்கள் வழியாக, நூல்கள் வழியாக, குறியீடுகள் வழியாக, ஊழ்கம் வழியாக.... ஆகவே நான் வேதாந்தி. வேதாந்தம் இந்துமதத்தின் ஒரு பிரிவு என்பதனால் நான் இந்து.

நீங்கள் இந்துமதத்தில் பிறந்தமையால் 'மட்டும்' பெருமிதம் கொள்ள வேண்டியதில்லை. ஆனால் இந்துமதத்தை அறிய வாய்ப்பு உங்களுக்கு இருக்கிறது, பிறப்பாலேயே சில அடிப்படை உருவகங்கள் ஆழ்மனதில் உருவாகியிருக்க வாய்ப்பிருக்கிறது என்பதனால் மகிழ்ச்சி அடையலாம். கற்கலாம், கற்றபின் பெருமிதம் கொள்ளலாம்.

***

இந்துமதம், நாத்திகம், ஆத்திகம்

அன்புள்ள ஜெ,

என் நண்பர்களில் ஒருவர் நிறைய வாசிக்கக்கூடியவர். ஆன்மீக நாட்டம் கொண்டவர். அவர் நீங்கள் நாத்திகவாதத்தை ஆத்திகம் என்ற போர்வையில் உள்ளே நுழைப்பதாகச் சொன்னார். நீங்கள் சொல்பவை ஆன்மீகத்துக்கு எதிரானவை என்றும் வாதம் செய்தார். நான் அத்துமீறி எதையும் கேட்கவில்லை என்றால் இதைப்பற்றி உங்கள் கருத்தை அறிய ஆவல்.

சுப்ரமண்யம்.எஸ், மதுரை

***

அன்புள்ள சுப்ரமணியம்,

பொதுவாக சமகாலத்தில் இந்திய மதங்களைப்பற்றிப் பேசும்போது வரும் முக்கியமான இடர் இது. இந்தக் குழப்பங்களுடன் நான் நித்ய சைதன்ய யதியிடம் பேசியதும் அவர் கொஞ்சம் கடிந்து என்னை திருத்தியதும் அதைத் தனிப்பட்ட அவமதிப்பாக எடுத்துக்கொண்டு நான் மனம் வருந்தியதும் நினைவுக்கு வருகிறது.

இந்த விஷயத்தை தெளிவாக்கிக் கொள்ளாமல் ஒருவர் இந்திய சிந்தனைகளுக்குள் செல்ல முடியாதென்றே சொல்லலாம். ஆனால் அது மிகக் கடினமான ஒன்றும் கூட. காரணம், நம் கல்வித்துறை மேலைநாட்டுச் சிந்தனைகள் சார்ந்தே அமைக்கப்பட்டிருக்கிறது. சொல்லாட்சிகள், தர்க்கங்கள் எல்லாமே மேலைநாட்டுச் சிந்தனை மரபில்

இருந்து பெற்றுக்கொண்டவை. ஆகவே நாம் அவற்றின் அடிப்படையிலேயே சிந்திக்கப் பழகியிருக்கிறோம்.

மேலும், இந்திய சிந்தனை மரபை நாம் மேலைநாட்டு இந்தியவியலாளர்களின் வழியாகவே கற்றுக்கொள்ள வேண்டிய நிலை இன்றுள்ளது. நம் மரபான தத்துவக்கல்வி முறையும் அதற்கான அமைப்புகளும் மறைந்துவிட்டன. ஆகவே நாம் மேலைச் சிந்தனையில் பிரதிபலிக்கும் கீழைச்சிந்தனையை கற்கிறோம்.

கடைசியாக, இந்திய சிந்தனையை நவீன கோணத்தில் ஆராய்ந்தவர்கள் பெரும்பாலும் மேலைநாட்டு கோட்பாடுகளைச் சார்ந்து சிந்தித்தவர்கள். எம்.என்.ராய், ராகுல சாங்கிருத்யாயன், டி.டி.கோஸாம்பி, தேவிபிரசாத் சட்டோபாத்யாய போன்றவர்கள் மார்க்ஸிய நோக்குள்ளவர்கள். ஆகவே பொருள்முதல்வாத அணுகுமுறை கொண்டவர்கள்.

அதேபோல தாஸ்குப்தா, ஏ.எல்.பாஷாம் போன்றவர்கள் மேலைநாட்டு கருத்துமுதல்வாத மரபுகளின் பாதிப்புள்ளவர்கள். அவர்கள் அந்தக்கோட்பாட்டின் கலைச்சொற்களை அப்படியே பயன்படுத்தினார்கள். அந்தவகை அணுகுமுறை இங்கே நான்கு தலைமுறையாக வேரூன்றிவிட்டது.

இந்தச் சிக்கலில் இருந்து கொண்டு நாம் யோசித்து வைத்திருப்பனவற்றை ஒரு இந்திய குருகுல அமைப்புக்குள் செல்லும்போது செருப்பைக் கழற்றி வைப்பது போல கழற்ற வேண்டியிருக்கிறது. அது எளிய விஷயம் அல்ல. நம் அகங்காரம் பெரிதும் அடிபடும்.

காரணம், அதுவரைக் கற்றதை மற என்று ஒருவர் சொல்லும்போது நமது கல்வி சார்ந்து நம்மை உருவகம் செய்துவைத்திருக்கும் நாம் புண்படுகிறோம். நம்மை ஒருவர் முட்டாள் என்று சொல்லிவிட்டதாக நினைக்கிறோம். அது உண்மை அல்ல. அது வேறு ஒரு கல்விக்கான இடம் என்ற கோரிக்கை மட்டுமே.

இந்திய சிந்தனை மரபை மேலைச்சிந்தனை மரபு

உருவாக்கிய கலைச்சொற்கள் மற்றும் இருமைகள் [பைனரி] கொண்டு புரிந்துகொள்ளக்கூடாது. ஒரு தொடக்கத்துக்காக அப்படி சிந்திக்கலாம் என்றால்கூட மேலே போகப் போக நிறையச் சிக்கல்களைச் சந்திக்க நேரும்.

இப்போது நம்மிடம் புழங்கும் சொற்களையும் இருமைகளையும் பற்றியே பார்ப்போம். இந்த இருமைகளை இந்தியச்சிந்தனைச் சூழலில் மிக அழுத்தமாக நிறுவிய நூல் என்றால் அது தேவிபிரசாத் சட்டோபாத்யாய எழுதிய 'இந்திய சிந்தனையில் நிலைத்திருப்பவையும் அழிந்தவையும்' தான். [தமிழாக்கம் கரிச்சான் குஞ்சு. விடியல் பிரசுரம்] தலைப்பிலேயே இருமை வந்து விடுகிறது.

அந்த இருமைகளின் அமைப்பு இது. 'நாத்திகம் x ஆத்திகம்' என்ற பிரிவினை முதலில் செய்யப்படுகிறது. 'பொருள்முதல்வாதம் கருத்துமுதல்வாதம்' என்ற பிரிவினை அடுத்தபடியாக வருகிறது. நாத்திகமும், பொருள்முதல்வாதமும் ஒன்றே என அடுத்தபடியாக அடையாளப்படுத்தப்படுகின்றது. நாத்திக, பொருள்முதல்வாதத் தரப்பு முற்போக்கானது. ஆத்திக, கருத்துமுதல்வாதத் தரப்பு பிற்போக்கானது எனப்படுகிறது.

ஆத்திக, கருத்துமுதல்வாதத் தரப்பு ஆதிக்கசக்திகளின் கருத்தியலாக வரையறை செய்யப்படுகிறது. அவை பிராமணியம் மற்றும் வைதிகத்தின் தரப்பாக அடையாளப் படுத்தப்படுகிறது. நாத்திகம் மற்றும் பொருள்முதல்வாதம் சுரண்டப்படும் அடித்தள மக்களின் தரப்பு என்று சொல்லப்படுகிறது. இப்படியே இந்த எளிமைப்படுத்தல் வளர்ந்து செல்லும்.

இது அரசியலில் உள்ள இருமையாக்கம். இதேபோல மதத்தில் உள்ள இருமையாக்கமும் எளிமையானதே. ஆத்திகம் என்றால் கடவுள் உண்டு என்று நம்பக்கூடியது. ஆகவே சடங்குகள் மற்றும் ஆசாரங்களை நம்பக்கூடியது. மறுபிறவி முதல் சோதிடம் வரை அனைத்தையும் நம்பக்கூடியது. நாத்திகம் என்றால் இவை அனைத்தையும் நிராகரிக்கக் கூடியது. அதாவது நம்புவது ஆத்திகம் நிராகரிப்பது நாத்திகம்.

இத்தகைய எளிமைப்பாடுகள் வழியாகவே சிந்தித்துப் பழகி

எதையுமே உள்வாங்க முடியாதவர்களாக ஆகிவிடுகிறோம். எதை எடுத்துக்கொண்டாலும் இந்த அளவுகோலைப் போட்டு இரண்டாகப் பிரித்து விடுகிறார்கள். அனிச்சையாகவே இது நடந்துவிடுகிறது.

ஒரு கருத்து சொல்லப்பட்டதுமே அது ஆத்திகமா நாத்திகமா, கருத்துமுதல்வாதமா பொருள்முதல்வாதமா, முற்போக்கா பிற்போக்கா என்று அடையாளம் செய்துவிடுகிறோம். சிந்தனையில் ஒரு பக்கவாதத்தை உருவாக்கிப் படுக்க வைத்துவிடுகிறது இது.

கெ.தாமோதரன் போன்ற மார்க்ஸிய தத்துவ சிந்தனையாளர்கள் இந்த எளிமைப்படுத்தலில் உள்ள அபத்தத்தை மிக விரிவாக எழுதியிருக்கிறார்கள். நித்ய சைதன்ய யதி அவரது நூல்களில் ஆன்மீகத்தில் உள்ள எளிமைப்பாட்டைப் பற்றிக் கடுமையாக கண்டித்திருக்கிறார்.

ஆத்திகம் நாத்திகம் என்ற சொற்களை எடுத்துக்கொள்வோம். ஆஸ்திகம் நாஸ்திகம் என்ற வடமொழிச்சொற்கள் அவை. அஸ்தி என்றால் இருப்பு என்று பொருள். இருப்பதாகச் சொல்பவர்கள் ஆஸ்திகர்கள். ந–ஆஸ்திகர்கள் இருப்பதாகச் சொல்லப்படுவதை மறுப்பவர்கள் நாஸ்திகர்கள்.

இந்திய சிந்தனையில் ஒட்டுமொத்தமாக இச்சொற்கள் பழங்காலத்தில் புழங்கியதில்லை. ஒரு குறிப்பிட்ட விவாதத்திற்குள் ஒன்றை ஏற்பவன் ஆஸ்திகன் மறுப்பவன் நாஸ்திகன். அது ஒரு ஒட்டு மொத்த தத்துவ நிலைபாடோ, தர்க்க முறையோ ஆக இருந்ததில்லை. ஏனென்றால் இங்கே அப்படி ஒட்டுமொத்தமாக மறுப்பதும் ஏற்பதும் சாத்தியம் அல்ல.

மேலைநாட்டுச் சிந்தனையில் தீய்ஸம் *[Theism]* என்று ஆத்திகம் சொல்லப்படுகிறது. தேவ் என்ற வடமொழிச்சொல்லில் இருந்து கிரேக்க மொழிக்குப் போனது தே *[Dei]* இறை என்று அதற்குப் பொருள். அதிலிருந்து உருவான சொல் தீய்ஸம். இறைவாதம் என்று மொழியாக்கம் செய்யலாம்.

தீய்ஸம் பிரபஞ்சம் இறைச்சக்தியால் உருவாக்கப்பட்டு

வழிநடத்தப்படுவதென நம்புவது. ஒரு கடவுளையோ பலகடவுள்களையோ அது நம்பக்கூடும். ஆனால் பிரபஞ்சம் அதற்கு 'வெளியே' உள்ள ஒரு இறைவனால் ஆளப்படுவது என்பது அதன் சாராம்சம்.

ஆனால் அது மட்டுமல்ல. அந்த 'இறைவன்' ஓர் ஆளுமையாக [பர்சனாலிட்டி] அதாவது இருப்பாக இருந்தாகவேண்டும். வெறுமொரு கருத்தாக அல்லது உள்ளுறையாக இருந்தால் போதாது. அப்போதுதான் கிரேக்கச் சிந்தனை மரபின்படி அது இறைவாதம் ஆக முடியும். அதாவது மையத்தில் 'தெய்வம்' இருக்க வேண்டும் – அதுவே 'தெய்விசம்'.

அவ்வாறு நம்பும் இறைவாதத்தை நம்பாமல் இருப்பதே நம்பிக்கையின்மை வாதம் [Atheism] இறைவனின் இருப்பைப்பற்றி அறியமுடியாது என்று சொல்வது அறியமுடியாமைவாதம் [Agnosticism] இறைவன் இல்லை இருக்க முடியாது என வாதிடுவது இறைமறுப்புவாதம் [Antitheism].

நம் சூழலில் இந்தவகையான துல்லியமான பிரிவினைகள் இல்லை. நம்பிக்கையின்மைவாதம் மற்றும் இறைமறுப்புவாதம் இரண்டையும் சேர்த்து நாத்திகம் என்று சொல்கிறோம். அதற்கு இறைவனை மறுத்தல் என்று பொருள். அதற்கு பகுத்தறிவுவாதம் என்றும் பெயர் சொல்கிறார்கள்.

இங்கே இறைவனை மறுப்பவர்கள் மறுப்புடன் நின்றுவிடுகிறார்கள். இறைவன் இல்லாமல் பிரபஞ்சம் எப்படி உருவாகி எப்படி இயங்குகிறது என்று சொல்ல முற்படுவதில்லை. அதற்கான கொள்கைகள் ஊகங்கள் எதையும் முன்வைப்பதில்லை. ஆகவே இங்கே உள்ளது நம்பிக்கையின்மைவாதம் மட்டுமே.

கருத்துமுதல்வாதம், பொருள்முதல்வாதம் என்பது மதத்தைவிட தத்துவத்துடன் தொடர்புள்ள உருவகம். இந்த பிரபஞ்சத்தில் உள்ள பொருட்கள் உண்மையிலேயே பொருண்மைத் தன்மையுடன் இருக்கின்றன என்று நம்புவது பொருள்முதல்வாதம். அப்பொருளைப்பற்றிய எல்லா அறிதல்களும் கருத்துநிலைகளும் அந்தப்பொருள்களின் இயல்புகளினால் உருவாக்கப்படுகின்றன என்று அது

வாதிடுகிறது. புலன்களுக்கு தெரியும் இந்த பொருள் உலகம் புறவயமானது. மாறாதது. பொருளே முதன்மையானது.

அதற்கு எதிரானது கருத்துமுதல்வாதம். வெளியே உள்ள பொருட்களின் இயல்புகள் என நாம் அறிபவை நம்முடைய அறியும் தன்மையால் அப்படி அறியப்படுகின்றன. கல் ஏன் கடினமானது என்றால் நம் கை மென்மையானது என்பதனால்தான். ஆகவே அந்த அறிதல்தான் அந்தப் பொருள். அந்த அறிதலுக்கு அப்பால் அந்தப்பொருள் உண்மையில் என்ன என்று நம்மால் சொல்லிவிடமுடியாது.

ஆகவே நம்மைப் பொறுத்தவரை ஒவ்வொரு பொருளும் அந்தப் பொருளைப் பற்றிய கருத்தின் பொருள்வடிவம் மட்டுமே என்று இவர்கள் சொல்கிறார்கள். அந்தக்கருத்து எவராலும் அறியப்படாவிட்டால்கூட அப்படித்தான் இருக்கும். அதாவது கருத்தே முதன்மையானது. பொருள் அதன் ஒரு தோற்றம் மட்டுமே.

உதாரணமாக, ஓர் அணு என்றால் அந்த அணுவை உருவாக்கியிருக்கும் விதிகள் மட்டுமே. அந்த விதிகளையே நாம் அந்தப் பொருளாகப் பார்க்கிறோம். ஆகவே இந்த பிரபஞ்சமே ஒரு கருத்துக் கட்டுமானம் மட்டுமே. நாம் அதை நம் இயல்பால் பொருளாக அறிகிறோம்.

இந்த இரு தரப்புகளும் எல்லா சிந்தனை மரபுகளிலும் மோதிக்கொண்டே இருக்கின்றன என்பதைக் காணலாம். தீராத விவாதம் இது. இன்று அணுப்பிளப்பு யுகத்தில் பழைய செவ்வியல் பொருள்முதல்வாதம் அர்த்தமிழந்து போய்விட்டிருக்கிறது.

பொதுவாக இந்தப்பிரபஞ்சம் கருத்துவடிவமானது என்பவர்கள் அக்கருத்தை உருவாக்கி நிலை நிறுத்தும் ஆற்றலாக கடவுளை முன்வைப்பார்கள். ஆகவே மேலைநாட்டில் பத்தொன்பதாம் நூற்றாண்டு வரை கருத்துமுதல்வாதிகள் இறைநம்பிக்கையாளர்களாகவும் இருந்தார்கள்.

பிரபஞ்சத்தில் நடப்பவற்றுக்கு அதற்கு அப்பால் இருந்து எந்த

சக்தியும் பொறுப்பல்ல என்று வாதிட்ட இறைமறுப்பாளர்கள் பொதுவாக இந்த பொருள்வயப் பிரபஞ்சம் உண்மையானது என்று சொல்லக்கூடியவர்களாகவும் இருந்தார்கள். ஆகவே அங்கே இறைமறுப்பும் பொருள்முதல்வாதமும் கிட்டத்தட்ட ஒரே தரப்புதான். அந்த பிரிவினையைத்தான் இங்கேயும் அப்படியே போட்டுப் பார்க்கிறார்கள். ஆனால் இந்திய சிந்தனையில் இந்த பிரிவினை செல்லுபடியாவதில்லை என்பதைக் காணலாம்.

இங்கே நாத்திகம் ஆத்திகம் என்ற சொல்லேகூட தத்துவத்தில் வேறு அர்த்தங்களில் பயன்படுத்தப்பட்டிருக்கிறது. இந்தப்பிரபஞ்சத்தில் உள்ள பருப்பொருட்கள் உண்மையிலே உள்ளனவா, இல்லை அவை நம்முடைய அகம் நமக்கு அளிக்கும் தோற்றம்தானா என்ற கேள்வி வேதாந்தம், சமணம், பௌத்தம் ஆகிய மதங்களில் முக்கியமான ஒன்றாகும்.

இந்த விவாதத்தில் பருப்பொருள் உண்டு என்று சொல்பவர்கள் ஆஸ்திகர்கள் எனப்பட்டார்கள் அதாவது பொருள்முதல்வாதமே ஆஸ்திகம் என்று சொல்லப்பட்டது. அதை மறுப்பவர்கள் நாஸ்திகர்கள்! அதாவது கருத்துமுதல்வாதம் நாஸ்திகம் எனப்பட்டது. சமணமும் பௌத்தமும் எல்லா பொருளும் உண்டே என்று வாதிட்டன. அந்த வாதத்துக்கு சர்வாஸ்திவாதம் என்று பெயர். சமணம் அதை அனேகாந்தவாதம் என விரிவாக்கிக்கொண்டது. இந்த விவாதம் மிகவிரிவான ஒன்று. இதில் பல கொள்கைகள் உண்டு.

சரி, அதைவிட்டுவிட்டு வழக்கமான நாத்திக - ஆத்திக பொருள்கொண்டால்கூட பல சிக்கல்கள் உள்ளன. சமணத்தை எடுத்துக்கொள்வோம். ஒரு கோணத்தில் அது பொருள் முதல்வாதத்தை நம்புவது. இந்த பிரபஞ்சத்தில் உள்ள எல்லா பொருட்களும் உண்மையில் உள்ளன என்று அது சொல்கிறது. அவை வெறும் கருத்துநிலையோ மாயையோ அல்ல.

அப்படியானால் பௌத்தமும் சமணமும் முழுக்க பொருள் முதல்வாதமா என்ன? இல்லை. சமணத்தைப் பொறுத்தவரை எல்லாவற்றுக்கும் ஆன்மா உண்டு. ஆன்மா என்று அவர்கள் சொல்வது சாராம்சமான கருத்துநிலையைத்தான். புழுவுக்கு

புழுவின் ஆத்மா உண்டு. கல்லுக்கு கல்லின் ஆத்மா உண்டு. கல்லின் கல்தன்மையை தக்கவைப்பது அந்த கல்லின் ஆத்மாதான். ஆக, சட்டென்று வேறு ஒருவகையில் கருத்துமுதல்வாதத்துக்குள் சென்று விடுகிறது சமணம்.

அதாவது பொருளும் உண்டு. பொருளுக்குள் கருத்தும் உண்டு. ஆகவே சமணத்தை 'பொருள்முதல்வாத கருத்துமுதல்வாதம்' என்று சொல்ல வேண்டும். அதாவது அந்தப் பிரிவினையே இங்கே செல்லுபடியாகாது.

சரி, கருத்துமுதல்வாத நம்பிக்கை இருப்பதனால் சமணம் ஒரு இறைவாதமா? மேலைநாட்டு இறைவாதக் கோட்பாட்டின் அடிப்படையில் சமணம் இறைவாதமே அல்ல. சமணத்தில் பிரபஞ்சத்தை படைத்துக்காக்கும் கடவுள் இல்லை. அவர்கள் பிரபஞ்சம் படைக்கப்பட்டதல்ல என்றும் அது வளர்வதோ மாறுவதோ இல்லை என்றும் நம்புகிறார்கள். 'மூவா முதலா உலகம்' என்பது சீவக சிந்தாமணியின் முதல் பாடல் முதல்வரி.

அப்படியென்றால் அவர்கள் இறை மறுப்பாளர்களா? அதுவும் இல்லை. பிரபஞ்சம் பொருள்வயமான விதிகளின்படி செயல்படுவது அல்ல. அதன் சாராம்சமாக உள்ள கருத்தின் அடிப்படையிலேயே அது நிகழ்கிறது. அந்தக் கருத்து என்பது கிட்டத்தட்ட கடவுள் போன்றதுதான் அவர்களுக்கு.

கடவுளின் இடத்தில் அவர்கள் பிரபஞ்சத்தில் உள்ளுறைந்துள்ள ஆதார விதியை வைக்கிறார்கள். அந்த விதி எல்லா பொருட்களையும் உயிர்களையும் கட்டுப்படுத்துகிறது. அதையே அவர்கள் ஊழ் என்றார்கள். அந்த ஊழின் அடிப்படையில் ஓயாது சுழலும் சக்கரமே இப்பிரபஞ்சம், இந்த இயற்கை, மனித வாழ்க்கை முழுக்க.

இது ஆத்திகமா நாத்திகமா? சரியாக மேலைநாட்டு வரையறைப்படிச் சொன்னால் அடித்தளத்தில் முழுமையான நாத்திகம். மேலே செல்லச் செல்ல ஆத்திகம். உச்சியில் முழுமையான ஆத்திகம்!

இதேபோல பௌத்தத்துக்குள் செல்வோம். பௌத்தத்தின்

யோகாசார மரபின்படி பருப்பொருள் என்பதே கிடையாது. பிரபஞ்சம் என்பது நம் பிரக்ஞையில் நிகழும் ஒரு பெரிய நிகழ்ச்சிதானே ஒழிய தூலமானதும் மாறாததுமான் பொருள் அல்ல. பிரபஞ்சம் என்பது பிரபஞ்சத்தின் சாராம்சமான கருத்தே. அதாவது பிரபஞ்சமாக நாம் அறிவது பிரபஞ்சத்தின் நியதிகளையே. அந்த நியதிகளையே பௌத்தம் 'தர்மம்' என்கிறது.

அதாவது சரியான பொருளில் பௌத்தம்தான் இந்திய மரபின் ஆகப்பெரிய கருத்துமுதல்வாத சிந்தனை. அப்படியானால் பௌத்தம் கடவுளை நம்புகிறதா? இந்த பிரபஞ்சத்தில் உள்ள செயல்களை எல்லாம் கடவுள் கட்டுப்படுத்துகிறார் என்று நினைக்கிறதா? இல்லை. பௌத்தத்தில் கடவுளே இல்லை. பிரபஞ்சத்தின் சாரமாகிய தர்மமே மையப்பேராற்றல். அது செயல்படுவதனால் பிரபஞ்சமென்ற தோற்றம் உருவாகிறது. அல்லாமல் அது பிரபஞ்சத்தை ஆளும் கடவுள் அல்ல.

அதாவது ஆக்ஸிஜன், ஹைட்ரஜன் இரண்டையும் இணைத்து அந்த மூலக்கூறுகளை நெகிழ்வாக ஒன்றுடன் ஒன்று கட்டாமல் விட்டிருக்கும் இவ்வியற்கையின் விதியையே நாம் நீர் என்கிறோம். அதுவே ஆறு, அதுவே அருவி, அதுவே கடல். அதுவே அலை. அந்த விதி நீருக்கு வெளியே இருந்து நீரைக் கட்டுப்படுத்தவில்லை. அந்த விதியேதான் நீர். அது செயல்படுவதனால்தான் நீர் இருக்கிறது. செயல்படாவிட்டால் நீர் இல்லை. அந்த விதியும் இல்லை.

அப்படியானால் பௌத்தம் என்ன, ஆத்திகமா நாத்திகமா? ஒரு கோணத்தில் நாத்திகம் ஒரு கோணத்தில் ஆத்திகம் என்றுதான் சொல்லமுடியும். கடவுள் இல்லை என்பதனால் அது நாத்திகம். கடவுளுக்கு இணையாக தம்மம் என்ற ஒன்றை முன்வைப்பதனால் அது ஆத்திகம்.

கே.தாமோதரன் அவரது இந்திய சிந்தனை என்ற நூலில் தேவிபிரசாத் சட்டோபாத்யாவின் பிரிவினையை கடுமையாக நிராகரிக்கிறார். ஆத்திகம், கருத்துமுதல்வாதம், பிராமணியம்,

ஆதிக்கசக்திகள் எல்லாவற்றையும் ஒன்றாக ஒரே பெட்டிக்குள் போட்டுப் பார்ப்பது மிகமிக அபத்தமான பார்வை என்கிறார்.

உதாரணமாக முழுக்க முழுக்க பிராமணிய மதம் என்றால் அது பூர்வமீமாம்சம் தான். வேதங்களை முழுமுதல் கடவுளின் நிலைக்குக் கொண்டு செல்பவை அவை. யாகம், வேள்வி போன்றவற்றின் மூலமும் பிராமணர்களுக்கு தானம் அளிப்பதன் மூலமும் விரும்பிய எல்லாவற்றையும் பெறலாம் என்று சொல்லக்கூடியவை.

ஆனால் பூர்வமீமாம்சத்தை மேலைநாட்டு அர்த்தத்தில் இறைவாதமாகக் கொள்ளவே முடியாது. அவர்களுக்கு பிரபஞ்சத்தை உருவாக்கி ஆளும் இறைவடிவம் ஏதும் இல்லை. பிரபஞ்சம் அதன் நியதிகளினால் ஆனது. அந்த நியதிகள் சொல்லப்பட்டிருக்கும் நூல்கள் வேதங்கள். அந்த நியதிகளுக்கு தெய்வங்கள் கூட கட்டுப்பட்டவையே. அதாவது இன்ன யாகம் செய்தால் இன்ன தெய்வம் அருள்புரிய வேண்டும் என்றால் அதை அந்த தெய்வமே கூட மீற முடியாது.

தெய்வங்கள் வேத மந்திரங்களுக்குக் கட்டுப்பட்டவர்கள். அதேபோல பூர்வமீமாம்சகர்கள் கருத்துமுதல்வாதிகளும் அல்ல. அவர்கள் பொருள்முதல்வாதிகள். ஆம், அவர்களைப் பொறுத்தவரை இந்த பொருள்வயப் பிரபஞ்சம் என்பது ஒரு கருத்துநிலை அல்ல, உண்மை. அது சில விதிகளால் கட்டப்பட்டது. நெய்யை வேள்வித்தீயில் போட்டு ஒரு மந்திரத்தைச் சொன்னால் அதற்கான விளைவு நிகழ்ந்தாகவேண்டும்.

அதாவது சாராம்சத்தில் வைதிக மதம் என்பது நாத்திகவாதமே. உலகியல்வாதமே அதன் மையம். ஆகவேதான் கீதை உட்பட்ட உபநிடத நூல்கள் வேதங்களில் உள்ள கர்மகாண்டத்தை, அதாவது வைதிக [பிராமண] மதமாகிய பூர்வமீமாம்சையை, நிராகரிக்கின்றன. சங்கரர் முதல் ராமானுஜர் வரை உள்ள பிற்கால வேதாந்திகளும் வைதிக மதத்தை நிராகரிக்கிறார்கள்.

அதேசமயம், ஒடுக்கப்பட்ட மக்கள் என்று தேவிபிரசாத் சொல்லும் பழங்குடி மக்களின் மதங்கள் எந்தவகையிலும் நாத்திகத்தன்மை கொண்டவை அல்ல. பொருள்முதல்வாதத்

தன்மை கொண்டவையும் அல்ல. அவற்றில் பலவகையான இறைநம்பிக்கைகள் மூடநம்பிக்கைகள் உள்ளன என்கிறார் தாமோதரன்.

இந்திய வரலாற்றில் பிராமணிய ஆதிக்க சக்திகளுக்கு எதிராக கடுமையான மக்கள் எதிர்ப்பை உருவாக்கியவை சமணமும் பௌத்தமும். பிராமணர்களின் பூர்வ மீமாம்சம் பொருள்முதல்வாத நோக்கு கொண்டது. பௌத்தமும் சமணமும் கருத்துமுதல்வாத நோக்கு கொண்டவை.

அதேபோல இந்தியாவின் பக்தி காலகட்டத்திலும் மறுமலர்ச்சிக் காலகட்டத்திலும் அடித்தள மக்களின் குரலாக ஒலித்த பல ஞானிகள் கருத்துமுதல்வாத நோக்கு கொண்ட அத்வைதிகள். விவேகானந்தர், நாராயணகுரு, அய்யா வைகுண்டர் போன்றவர்கள் உதாரணம்.

ஆக, இந்த வகையான பிரிவினைகளைக் கொண்டு இந்திய சிந்தனையை ஆராய்ந்தால் அபத்தமான ஒற்றை வரிகளுக்கே சென்று சேர முடியும். அதையே நாம் எங்கும் கேட்கிறோம். பௌத்தம் ஒரு நாத்திகவாதம் என்றும் ஆகவே அது பொருள்முதல்வாத நம்பிக்கை கொண்டது என்றும் சொல்பவர்கள் உண்டு. சமணம் நாத்திகவாதம் என்று சொல்பவர்கள் உண்டு. இங்கே இந்தப் பிரிவினைகளுக்கே அர்த்தமில்லை. இங்குள்ள தர்க்கமுறைகளே வேறு.

இனி, நாத்திக ஆத்திக விவாதத்துக்கு வருவோம். இந்து மத அமைப்பு மூன்றடுக்கு முறை கொண்டது. முதல் அடுக்கில் குலதெய்வங்கள், நாட்டார் தெய்வங்கள், மூதாதை தெய்வங்கள் உள்ளன. இரண்டாம் அடுக்கில் சைவ, வைணவ, சாக்த பெருந்தெய்வங்கள் உள்ளன. மூன்றாவது அடுக்கில் தத்துவமே மையமாக உள்ளது.

மூன்றாவது அடுக்கில் உள்ள இறையுருவகங்களில் பிரம்மம் முதன்மையானது. சிவசக்தி உருவகம் இன்னொன்று. பராசக்தி உருவகம் மூன்றாவது. அவை அனைத்தும் முழுக்க முழுக்க தத்துவார்த்த கருத்துநிலைகள். இப்பிரபஞ்சத்தின் உருவாக்கம், செயல்பாடு குறித்த பல்வேறுவகையான தரிசனங்கள்தான்

இந்து மெய்மை ✤ 39

அவை. பலவகையான நுண்ணிய தர்க்கமுறைகளால் அவை விளக்கப்பட்டுள்ளன, விவாதிக்கப்பட்டுள்ளன.

இந்த மூன்றும் ஒன்றை ஒன்று வலுப்படுத்தும்படியாக கலந்திருக்கின்றன. முதல் அடுக்கில் உள்ள மாரியம்மனை பராசக்தி என்று சொல்வார்கள். பிரம்ம சொரூபிணி என்றும் சொல்வார்கள். ஒரேசமயம் மூன்றாகவும் ஆகி சாலை ஓரத்தில் வேப்பிலை சாத்தப்பட்டு மஞ்சள் அப்பப்பட்டு எல்லைக்கல் வடிவில் அமர்ந்திருக்கும்!

அதேபோல தூய தத்துவ வடிவமான பிரம்மத்தை இறை யுருவகமாக ஏற்ற சங்கரரும், ராமானுஜரும், மத்வரும் எல்லாமே தெய்வங்களை வணங்கிப் போற்றியிருக்கிறார்கள். ராமகிருஷ்ண பரமஹம்சரும் நாராயணகுருவும் இறைவழிபாடு செய்திருக்கிறார்கள். அந்த இறைவடிவங்களை அவர்கள் பிரம்மமாக உருவகித்தார்கள்.

இந்து ஞானமரபின் மூன்றாவது அடுக்கான தத்துவ தளத்தில் முழுமையாக தங்களை நிறுத்திக்கொண்ட ஒருவருக்கு பிற இரண்டும் ஏற்புடையனவாக இருக்காது. அவர்களுக்கு விஷ்ணுவோ சிவனோ கடவுள் அல்ல. பிரபஞ்சத்தின் அடிப்படையாக அறிய முடியாத, வரையறை செய்ய முடியாத ஒரு பெரும் விதி அல்லது மனம் உள்ளது அதுவே பிரம்மம். அதுவே அவர்கள் காணும் இறைச்சக்தி. அந்த சக்தியை அதை வழிபட வேண்டியதில்லை. அதற்கு சடங்குகளோ கோயில்களோ தேவை இல்லை. அதைப் பிரபஞ்சம் முழுக்க எங்கும் பார்க்கலாம். பாரதி சொன்னது போல செத்த புழுவை இழுத்துச்செல்லும் புழுவும் கோடானுகோடி மைல்கள் நீளமுள்ள வாலை இழுத்துச்செல்லும் தூமகேதுவும் அதன் வெளிப்பாடுகள் மட்டுமே.

இங்குள்ள எல்லாமே அதுதான் [ஈஸோ வாஸ்யம் இதம் சர்வம்] அதை அறியும் நம் பிரக்ஞையும் அதுவே [பிரக்ஞானம் பிரம்மாஸ்மி]. அறிதலும் அறிபடுபொருளும் அறிவுமாக இருக்கும் நாமே அதுதான் [தத்வமஸி]. அதை உணர்வுபூர்வமாக உள்ளறிந்து அதுவே தான் என அறிந்து இருப்பதே முழுமை நிலை [அகம் பிரம்மாஸ்மி].

தத்துவ தளத்தில் இருந்து கீழிறங்காத வேதாந்தம் எப்போதுமே இந்து ஞானமரபில் இருந்துகொண்டிருக்கிறது. அத்வைதத்தில் அதற்கு சுத்தாத்வைதம் என்று பெயர். அதை மேலைநாட்டு பொதுப்போக்கிலே நாத்திகம் என்றுதான் சொல்ல முடியும். 'சுத்த அறிவே சிவம் என்று சொல்லும் சுருதி'களை மட்டுமே அது ஏற்றுக்கொள்கிறது. அறிவே அதன் வழிமுறை. முழுமையறிவே உச்சகட்ட இலக்கு.

அப்படிப்பட்ட ஒன்றை இந்து மதத்தின் முதல் தளத்தில் மட்டுமே நின்றுகொண்டு மட்டுமே பார்க்கும்போது அது நாத்திகம் என்று தோன்றக்கூடும். ஆனால் இந்துமதம் என்பது ஒற்றைப்படையான நம்பிக்கை அல்ல என்று நாம் உணரவேண்டும். அது ஒரு ஒட்டுமொத்த வழிமுறையே ஒழிய ஒரு குறிப்பிட்ட இறைநம்பிக்கையோ ஒரு குறிப்பிட்ட கருத்துத் தொகையோ அல்ல.

இந்து ஞான மரபில் மிக வலுவான பொருள்முதல்வாத தரப்புகள் உள்ளன. சாங்கியம் யோகம் நியாயம் வைசேஷிகம் ஆகிய நான்கு தரிசனங்களுமே அடிப்படையில் பொருள் முதல்வாத தன்மை கொண்டவை. நம் மரபில் ஜடவாதம் என்று அதற்கு பெயர். ஆனால் அவை மேலைநாட்டு பொருள்முதல்வாதமும் அல்ல. அவற்றின் உயர் விளக்கத்தில் கருத்துமுதல்வாதம் உள்ளே வந்துவிடும்.

உதாரணமாக வைசேஷிகம் தூய பொருள்முதல்வாத அடிப்படையில் பிரபஞ்சத்தை விளக்குகிறது. ஆனால் பொருட்களின் அடிப்படை இயல்பைப்பற்றிப் பேசும்போது தன்மாத்ரா என்ற கருத்துமுதல்வாத கூறு உள்ளே வந்துவிடுகிறது. ஒவ்வொரு பொருளும் பொருண்மைத்தன்மையும் கருத்தும் கலந்து உருவாவது என்று வைசேஷிகம் சொல்கிறது. என்னுடைய இந்துஞானமரபில் ஆறு தரிசனங்கள் [கிழக்கு பதிப்பகம்] வாசித்துப் பாருங்கள்.

இந்துமதம் ஓர் எல்லையில் உயர்தத்துவமும் மறு எல்லையில் பழங்குடி நம்பிக்கைகளும் ஆசாரங்களும் நின்றுகொண்டு தொடர்ச்சியாக நிகழ்த்தும் ஓர் உரையாடல். அந்த உரையாடல்

பல ஆயிரம் வருடங்களாக நடந்து நடந்து பலவகையான அபூர்வமான இணைப்புகளை உருவாக்கியிருக்கிறது.

ஆகவே பழங்குடிச்சடங்கு ஒன்றையேனும் செய்யாத இந்து என யாரும் இல்லை. உயர்தத்துவத்தில் ஒரு துளியேனும் அறியாத இந்துவும் எவரும் இல்லை. நாத்திகம் ஆத்திகம் என்றெல்லாம் இந்து ஞானத்தைப் பிரித்துவிட முடியாது. அதன் மூலம் இந்து மதத்தின் சாராம்சமான ஞான விவாதத்தில் இருந்து நாம் விலக்கப்பட்டுவிடுவோம்.

***

இந்துமதமும் ஆசாரவாதமும்

அன்புள்ள ஜெமோ,

சமீபத்தில் இணையத்தில் இந்து மதம் மைனஸ் பார்ப்பனீயம் என்னும் ஒரு கட்டுரை படித்தேன். அதில் "பார்ப்பனீயத்தின் மீது நாம் வைக்கும் விமரிசனங்களை தந்திரமாக மொத்த இந்து மதத்தின் மீது வைக்கப்படும் விமரிசனமாக திசை திருப்பி பார்ப்பனீயம் தப்பிக்க முயலும். இந்து மதத்தில் இருக்கும் குறைகளைச் சுட்டிக்காட்டுபவர்கள், இந்து மதத்தில் பிறந்தவர்களே!

அதில் மாற்றங்களை கொண்டு வரும் போதெல்லாம் அதை எதிர்த்தவர்கள் பார்ப்பனர்களே. குறைகளை சுட்டிக்காட்டுபவர்களை மதவிரோதிகள் என்றார்கள். ஆனால் யார் மதவிரோதிகள் என்பதற்கும், யார் உண்மையில் மதத்தை காப்பாற்றினார்கள் என்பதற்கும் காலம் பதில் சொல்லி விட்டது.

இந்துமதம் எல்லாவற்றையும் ஏற்றுக்கொள்ளும் என்றால், கருவறையில் தமிழை ஏன் ஏற்றுக்கொள்வதில்லை? குறிப்பிட்ட சாதியினரை தவிரப் பிறரை அர்ச்சகர்களாக ஏன் ஏற்றுக் கொள்வதில்லை? குறிப்பிட்ட சாதியினரை தவிரப் பிறர் வேதம் கற்பதை ஏன் ஏற்றுக்கொள்வதில்லை?

இன்று இந்து மதத்தை பார்ப்பனீயம் தன் கட்டுப்பாட்டில் வைத்திருக்கிறது. அதன் பிடியில் இருந்து இந்து மதத்தை மீட்டு விடுங்கள். அதன் பிறகு இந்து மதத்தின் மீது எந்த விமரிசனமும் இருக்காது.

எல்லா மதங்களிலும், தங்கள் புனித நூலை அனைவரும்

படிக்க வேண்டும் என்று விரும்புவார்கள். ஆனால், நமது மதத்தில் மட்டும்தான், பார்ப்பனர்களை தவிர வேறு யாரும் வேதம் படிக்கக்கூடாது என்று கூறுகிறார்கள். இந்த அநியாயம் வேறு எந்த மதத்திலும் இல்லை. வேதத்தில்தான் இந்து மதத்தைப் பற்றிய அனைத்து உண்மைகளும் இருப்பதாக சொல்லிக் கொள்வார்கள். ஆனால் அந்த வேதத்தை படித்து புரிந்து கொள்ள இந்து மதத்தவருக்கே உரிமை இல்லை!''

என்று பல கருத்துக்கள் அதில் கூறப்பட்டிருந்தன. அதைப் பற்றிய உங்கள் கருத்து என்ன?

- தேவ்ராஜ்

***

அன்புள்ள தேவ்ராஜ்,

இதை இன்று காழ்ப்புடன் அடிவயிற்றை எக்கி கூச்சலிட்டுப் பேசிக்கொண்டிருக்கிறார்கள் – எல்லாத் தரப்பிலும். கொஞ்சம் நிதானமாக, கொஞ்சம் வரலாற்றுணர்வுடன் பேசமுடியுமா என்பதே நான் தொடர்ச்சியாக முயன்றுவருவது. ஒரு பத்துபேருக்கு அது சென்று சேருமென ஒவ்வொரு முறையும் எண்ணிக் கொள்வேன். ஆகவே மீண்டும் முயல்கிறேன்.

மேலே சொன்ன கட்டுரையிலுள்ள கருத்துக்கள், அவற்றை வலியுறுத்திப் பேசும் பழமைவாத- ஆசாரவாத குரல்கள் ஆகியவற்றை இந்துமதத்தின் மறுமலர்ச்சிக்காலம் முதல், அதாவது பதினெட்டாம் நூற்றாண்டின் இறுதி முதல், மிகக்கடுமையாக விமர்சித்துப் பேசிவந்திருக்கின்றனர் இந்து மெய்ஞானிகள். ராஜா ராம்மோகன் ராய், ராமகிருஷ்ண பரமஹம்சர், விவேகானந்தர், வள்ளலார், சட்டம்பிசாமிகள், நாராயணகுரு என ஒரு நீண்ட மரபு அதற்கு உண்டு.

அவர்களில் நாராயணகுருவின் வழிவந்த நித்யசைதன்ய யதியின் மாணவன் நான். நித்யா குருகுலத்தில் வேதம் கற்பிக்கப்பட்டது, வேள்விகள் செய்யப்பட்டன. தலித் பூர்வீகம் கொண்ட துறவிகள் வேள்வி செய்திருக்கிறார்கள். அந்த மரபு இன்றும் தொடர்கிறது.

ஆகவே இக்குரல்களை முற்றாக நிராகரிப்பதற்கும், மரபுவாதம் ஆசாரவாதம் ஆகியவற்றை நான் ஏற்க முடியாது என அறிவிப்பதற்கும் எனக்கு எந்த்த தடையும் இல்லை. இவர்களின் ஆசாரவாதம் மானுட அறத்தை மறுக்கும் என்றால் அதைக் கடுமையாக எதிர்ப்பதும் உண்டு. அதை எப்போதும் சொல்லி வந்திருக்கிறேன்.

'ஆனால்' என்று சொல்லி இரண்டு விஷயங்களை மேலதிகமாகச் சுட்டி வருகிறேன். முதலில் ஆசாரவாதத்தின் வரலாற்று பங்களிப்பைச் சுட்டவிடும்புகிறேன். இரண்டாவதாக சமூகச்சூழலில் நாம் கொள்ளும் சில சாதியச்சூழ்ச்சிகளை.

மரபுவாதம் அல்லது ஆசாரவாதம் எல்லா மதங்களிலும் இருக்கும். இது ஒருவகை வண்டல். இதை எந்த மதமும் முற்றாக அகற்றிவிட முடியாது. ஏனென்றால் மதம் என்பதே ஆன்மிகத்தேடலை, ஆன்மிகப் பயிற்சியை நிறுவனமாக ஆக்கி உறையவைக்கும் முயற்சி. எந்த மதமும் 'நிலைத்த தன்மை'யைத்தான் தன் இலக்காக ஆக்கியிருக்கும். பூமியில் மானுடம் உள்ளவரை இதுவே உண்மை என்றுதான் அது சொல்லும். தன் மெய்மையை மட்டுமல்ல அதற்குச் சம்பந்தமில்லாத ஆசாரங்கள், நம்பிக்கைகள் ஆகியவற்றையும் காலம்கடந்த மெய் என்றே அது சொல்லும்.

பௌத்தமதத்தவரிடம் சென்று சங்கம் என்ற அமைப்பு புத்தரால் ஒரு குறிப்பிட்ட காலத்தில் குறிப்பிட்ட நோக்கத்திற்காக உருவாக்கப்பட்டது, ஆகவே இனிமேல் அது தேவையில்லை என்றும்; தலாய் லாமா, தேரர் போன்றவர்களை புனிதமான தலைவர்களாகக் கொள்ளவேண்டாம் என்றும் சொல்லமுடியுமா? மறுப்பார்கள். அவை காலமுடிவு வரை நீடிக்கும் மாறாத அமைப்புக்கள் என்றே சொல்வார்கள். மன்னராட்சி ஒழிந்தபின் எதற்கு போப்பாண்டவர் என்னும் மதத்தலைமை மன்னர் என்று கேட்கமுடியுமா?

மதத்தின் உள்ளே அதை மாறாது தக்கவைக்கும் ஓர் இயல்பு, ஒரு பிடிவாதம் இருந்துகொண்டே இருக்கும். அந்த இயல்பால்தான் அது ஒரு தொடர்ச்சியை அடைகிறது. ஒரு

நிறுவனமாக நீடிக்கிறது. அந்தப்பிடிவாதம் இல்லாத மதங்கள் அழிந்துவிடும். ஆகவே இன்றைக்கு ஒரு மதம் நெடுங்காலமாக இருந்து நம்மிடம் வந்து சேர்ந்திருக்கிறதென்றாலே அதற்குள் மாறாமலிருக்கும் பிடிவாதம் ஒன்று செயல்படுகிறது என்றுதான் பொருள்.

அந்த இயல்புக்கு இரண்டு முகம் உண்டு. அதன் நன்மை என்னவென்றால் அதுதான் தொன்மையான மெய்நூல்களை, மெய்மையின் வெளிப்பாடான தொல்படிமங்களை அழியாது காப்பது, தலைமுறைகளுக்குக் கொண்டுசென்று சேர்ப்பது. கத்தோலிக்கத் திருச்சபை இல்லையேல் இரண்டாயிரம் ஆண்டுகள் கடந்து கிறிஸ்துவின் சொற்கள் வந்துசேர்ந்திருக்காது. மிக இறுக்கமான அமைப்பும், மிகப் பிடிவாதமான பயிற்சிகள் இருந்தமையால்தான் திபெத்தில் பௌத்த மூலநூல்களும், ஞானமும் அழியாமல் நீடித்தன.

இந்துமதத்தின் சாராம்சமாக இருக்கும் இந்த ஆசாரவாதமும் பழமைவாதமும்தான் சென்ற காலங்களில் மிகமிக எதிர்மறை யான சூழல்களில்கூட இந்துமதத்தின் மெய்நூல்களை, தொல்படிமங்களை அழியாமல் பாதுகாத்தன. தங்கள் ஆசாரவாதத்தின் பொருட்டு எல்லா உலகியல் நன்மைகளையும் துறக்கவும், உயிர் கொடுக்கவும் சித்தமாக இருந்தவர்களால்தான் உலகமெய்ஞானத்தின் பொக்கிஷங்களாக இந்துமத எதிர்ப்பாளர்களால்கூட சொல்லப்படும் உபநிடதங்கள்கூட பேணி அடுத்த தலைமுறைக்கு அளிக்கப்பட்டன.

இந்தப் பிடிவாதம், அனைத்து மாற்றங்களையும் எதிர்த்து நிற்கும் தன்மை கொண்டது. ஆகவே முன்னேற்றமற்றது. இதன் நற்கொடை என்பது 'அடிப்படைகளைப் பேணிக்கொள்ளுதல்' என்பதுதான். நடைமுறைப் பார்வை கொண்டவர்களுக்கு இதெல்லாம் அபத்தமானதாக, ஆபத்தானதாக தோன்றலாம். ஆனால் முற்போக்காளர் அந்தந்தக் காலகட்டத்து தேவைக்கு ஏற்ப அப்போது உதவாதவை என தோன்றுவதை உடனே கைவிட்டுவிடுவார்கள். அவர்களால் எவையுமே நெடுங்காலம் பேணப்படாது.

நடைமுறைநோக்கு கொண்டவர்கள் மட்டுமே மதங்களுக்குள் இருந்திருந்தால் அவ்வண்ணம் கைவிடப்பட்டவை அப்படியே அழிந்துபோகும். மீட்டெடுக்கவே முடியாது. மதத்துக்கு மட்டுமல்ல ஒரு பண்பாட்டுக்கு மட்டுமல்ல மானுட குலத்துக்கே அது பெரிய இழப்பு. மீளமுடியாத ஒருவழிப்பாதை. பார்த்துக்கொண்டே இருங்கள், நீங்கள் இளையவர் என்றால், ஐம்பதாண்டுகள் இன்னும் வாழ்வீர்கள் என்றால், ஜப்பானில் பௌத்தம் வெறும் வரலாற்றுச் சின்னமாக, வெறும் சுற்றுலாக் கவர்ச்சியாக பொருளிழந்து போயிருப்பதை காண்பீர்கள். கொரியாவில் ஏற்கனவே அப்படி ஆகிவிட்டது.

ஆசாரவாதிகள் எதையும் விடமாட்டார்கள். எதையும் மாற்ற மாட்டார்கள். ஏன் அப்படி இருக்கிறார்கள்? ஆசாரம் என்பதே மாறாச்சடங்குதான். அந்தப்பிடிவாதம் கொண்டவர்கள்தான் ஆசாரவாதிகள். அவர்களின் வழி அறிவார்ந்தது அல்ல. நடைமுறைநோக்கம் கொண்டதும் அல்ல. ஆராய்ந்து தெளிவது ஞானமார்க்கம். ஆசாரமார்க்கம் என்பது உறுதியாக கடைப்பிடிப்பது மட்டுமே. எது நன்று எது தீது என்று, எது தேவை எது தேவையில்லை என்று, தாங்களே மதிப்பிடும் அறிவார்ந்த அளவுகோல்கள் அவர்களுக்கு இல்லை. அவர்களுடையது சுருதிவாதம். முன்னோர் சொல், முன்செல்லும் வழிகாட்டியான ஆசிரியனின் சொல் ஆகிய இரண்டையும் முழுமையாக கடைப்பிடிப்பது அவர்களின் செயல்முறை. அந்த முன்னோர் சொல் எனும் சுருதி சொல்லும் எல்லாமே அவர்களுக்கு மரபுதான்.

இத்தரப்பை மதத்தின் நிலைச்சக்தி *[Static force]* என்று நான் சொல்வதுண்டு. பகுப்பாய்வு செய்யும், மாற்றங்களை உள்வாங்கிக்கொள்ளும் ஞானத்தின் வழிதான் செயல்சக்தி. *[Dynamic force]* இவ்விரு சக்திகள் நடுவே இருக்கும் முரணியக்கமே மெய்யான இயக்கவியலாக இருக்கமுடியும். நிலைச்சக்தி மட்டும் இருந்தால் ஒரு மதத்தின் எடை மிகுந்து அசைவின்மை உருவாகும். செயல்சக்தி மட்டுமென்றால் புகையென நிலையில்லாமல் பறந்து கலைந்து அழியநேரிடும்.

எந்த தளத்திலும் என் பார்வை இதுவே. எண்பதுகளில் நான் நவீன இலக்கியத்திற்குள் வந்தபோது பொதுவாக அத்தனை

நவீன இலக்கியவாதிகளுமே மரபான தமிழறிஞர்களுக்கு எதிரானவர்களாக இருந்தனர். அவர்களை கேலியும் கிண்டலும் செய்தனர். மரபான தமிழறிஞர்களை நையாண்டி செய்து அனைவருமே ஏதாவது கதை கவிதை எழுதியிருப்பார்கள்— புதுமைப்பித்தன் முதல் சுந்தர ராமசாமி வரை. அதிலும் தனித்தமிழியக்கம் போன்றவை மிகவும் பழிக்கப்பட்டன. அவை தமிழ்ப் பழமைவாதம் என்று கணிக்கப்பட்டன.

அந்த தமிழ் அடிப்படைவாதத்திற்கு எதிரான போக்கு அன்று சிற்றிதழ்ச்சூழலில் வலுவாக இருந்தது. சிற்றிதழ், பதிப்பகப் பெயர்களே கூட யாத்ரா, க்ரியா என்றெல்லாம் வைக்கப்பட்டன. தமிழறிஞரான வைத்திலிங்கம்கூட பிரபஞ்சன் என்று பெயர்வைத்துக்கொண்டார்.

உண்மையில் தமிழ் அடிப்படைவாதம் அன்று கொஞ்சம் தூக்கலாகவே இருந்தது. அது இலக்கணவாதம் பேசி அத்தனை நவீன இலக்கியங்களையும் நிராகரித்தது. பழமைப்பெருமை பேசிப் புதியன புகாதவாறு பார்த்துக்கொண்டது. 'தமிழில் இல்லாதது இல்லை' என்ற நிலைபாடு எல்லாவகையான புதிய திறப்புகளுக்கும் தடையாக அமைந்திருந்தது. கல்விக்கூடங்களில் தமிழ்ப்பழமைவாதிகள் இருந்து நவீன இலக்கியம் உள்ளே நுழையாதபடி பார்த்துக்கொண்டனர். பழமையை புகழ்வதற்குப் பதிலாக பகுப்பு செய்து ஆராய்வதேகூட பிழை என எண்ணும் மடமையும் கொண்டிருந்தது. சுராவின் கட்டுரையில் சொல்வதுபோல 'தமிழில் மிகமிகமிகச் சிறந்ததாக அல்லாமல் ஏதாவது கவிதை உண்டா?' என்ற நையாண்டி நவீன இலக்கியச் சூழலில் நிலவியது.

ஆனால் நான் தனித்தமிழியக்கத்தை, தமிழ்ப்பழமைவாதத்தை, சொல்லப்போனால் தமிழ் அடிப்படைவாதத்தையேகூட தொடக்கம் முதலே ஆதரித்தேன். எனக்கு முறையான பழந்தமிழ்க்கல்வி இருந்தது ஒரு காரணம். ஆனால் அதைவிட தமிழ்போன்ற தொன்மையான மொழிச்சூழலில் அடிப்படைவாதம் இல்லையென்றால் அறிவும், நூல்களும் பேணப்படாமல் அழியும் என நினைத்தேன். தமிழ்ப்பற்று இல்லையேல் தமிழ் தன் தனியடையாளம் கெட்டு உருவழியும்

என நம்பினேன். தமிழ்போன்ற தொன்மையான மொழியில் பெரும்பணிகள் நிகழவேண்டும் என்றால் மூர்க்கமான பற்று, வாழ்நாளையே கொடுக்கும் வெறி தேவை என்று நினைத்தேன். இன்றும் என் நிலைபாடு அதுவே.

வெறுமே தமிழ்வெறியை கக்கிக்கொண்டிருப்பவர்கள், எந்தப் பணியும் செய்யாதவர்கள் எண்ணிக்கையில் மிகுதிதான். அவர்களால் பயனில்லைதான். ஆனால் அந்த வேகம் இல்லாவிட்டால் தமிழ் வாழமுடியாது என்பதும் உண்மை. நான் என்றும் நவீன இலக்கியத்தின் தரப்புதான், ஆனால் எனக்கு மறுபக்கமாக வலுவான மொழிப்பழமைவாதம், அதன் பிடிவாதம் இருக்கவேண்டும் என நினைத்தேன், இன்றும் நினைக்கிறேன். இப்போதுகூட மொழிப்பழமைவாதிகளை எப்போதுமே ஏற்கும் ஒரு நிலைபாடு என்னிடமிருப்பதை நண்பர்கள் கண்டிருக்கலாம்.

அன்றுமுதல் தமிழியக்கத் தரப்புடன் நான் உரையாடிக் கொண்டே இருந்தேன். தனித்தமிழ் இதழ்கள் அன்று நிறைய வந்தன. அவற்றில் நிறைய எழுதினேன். என் மொழியிலும் கூடுமானவரை அயல்மொழி களைந்து தமிழ்ச்சொற்களை கையாண்டேன். தேவையென்றால் புதிய சொற்களை உருவாக்கிக் கொண்டேன். நான் மீட்டுக் கொண்டுவந்த, உருவாக்கிய சொற்களால் தமிழ் இலக்கியச் சூழல் உரையாடுவதை பின்பு கண்டேன். தமிழ் நவீன எழுத்தாளர்களில் முற்றிலும் தனித்தமிழில் கொற்றவை, வெண்முரசு போன்ற பெருநூல்களை நான் ஒருவனே எழுதியிருக்கிறேன்.

இதுவே மதம் சார்ந்தும் என் நிலைபாடு. நிலைச்சக்தி அப்படித்தான் இருக்கும். அங்கே அது இருப்பதனால் ஒன்றும் ஆவதில்லை. அதைக்கொண்டு நான் மதத்தை அளவிடவில்லை. அந்த நிலைச்சக்தி ஒரு எதிர்விசையாகவே உள்ளது. செயல்சக்தியே இன்று மேலோங்கியிருக்கிறது.

இந்த்த தரப்பையே கேளுங்கள். இன்று இவர்கள் எவரைநோக்கிப் பேசுகிறார்களோ அந்த பிராமணசமூகம் இவர்கள் பேசுவதையா பின்பற்றுகிறது? அது பெண்களை

பூட்டிவைக்கிறதா? விதவைகளை வாழாமல் தடுக்கிறதா? கலப்புமணங்களையே அது இயல்பாக ஏற்றுக்கொண்டு ஒரு தலைமுறை கடந்துவிட்டது.

இந்துமதத்தில் இந்த ஆசாரவாதிகள்தான் வழிகாட்டிகளா? இன்று இந்துமதம் வேதங்களை மொழியாக்கம் செய்து எல்லா மொழிகளிலும் பரப்பும் மாபெரும் அமைப்புக்களை கொண்டிருக்கிறது. இங்கே வேதங்களை மொழியாக்கம் செய்து மூலத்துடன் அச்சில் கொண்டுவந்தவர் ஜம்புநாதன் என்னும் அந்தணர்தான். இன்று ஊர் ஊராக பிராமணர்கள்தான் சம்ஸ்கிருதப் பள்ளிகள் நடத்துகிறார்கள். சம்ஸ்கிருதத் திணிப்பு நடக்கிறது என்று நீங்களே இன்னொரு பக்கம் கூவுகிறீர்கள் இல்லையா?

இது ஒரு குரல், இருந்துகொண்டே இருக்கக்கூடிய ஒரு பிடிவாதம், அவ்வளவுதான். இந்த மதிப்பீடுகள் எங்கே இந்து மதத்தை கட்டுப்படுத்துகின்றன? உண்மையில் அது வலுவாக இல்லை என்பதே பலசமயம் என் மனக்குறை. இப்படிச் சிறுவட்டங்களுக்குள் தங்களுக்குள் முணுமுணுக்கிறார்கள். ஆனால் ஆலயவழிபாட்டில் ஆகமநெறிகள் சிதைக்கப்படுகின்றன. அங்கே போய் மாற்றங்கள், திரிபுகளுக்கு எதிராக இவர்கள் நின்றிருக்கவேண்டாமா? மாறக்கூடாதவை என நம்பும் விஷயங்களுக்காக இவர்கள் குரல் கொடுத்திருக்கவேண்டாமா?

வரலாறெங்கிலும் நிலைச்சக்தி செயல்சக்தி இரண்டும் மாறிமாறி ஓங்கியிருப்பதை காணலாம். கிபி ஐந்தாம் நூற்றாண்டுமுதல் மூன்று நூற்றாண்டுக்காலம் இந்துமதம் இந்தியநிலத்தின் வழிபாட்டு முறைகளை எல்லாம் தொகுத்துக் கொண்டு பேரமைப்பாக எழுந்தபோது நிலைச்சக்திகளாகிய இவர்கள் மையமாக ஒலித்தனர். மையத்தொகுப்புக்கான இழுவிசையாக இருந்தனர்.

பின்னர் பக்திக்காலத்தில் இவர்களுக்கு எதிரான செயல்சக்தி மேலோங்கியது. பக்திகாலகட்ட கதைகளையே பாருங்கள், வேதபண்டிதர் அல்லது ஆசாரசீலர் அடையமுடியாத இறையருளை அவை ஏதுமற்ற வெறும் பக்தன், கீழ்க்குலத்தான் அடைந்ததைத்தான் அக்கதைகள் பேசும். சூத்திரசாதிகளின்

[சிரமண ஜாதிகளின்] எழுச்சியே பக்தி இயக்கம். அதன் நாயகர்கள் அனைவரும் ஆசாரவாதத்திற்கு எதிரானவர்கள். வெவ்வேறு குலங்களை சார்ந்தவர்கள்.

இந்து மதம் கடுமையான தாக்குதல்களுக்கு ஆளான பன்னிரண்டு முதல் பதினெட்டு வரையிலான காலகட்டத்தில் இந்த நிலைச்சக்தியின் தரப்பு மீண்டும் ஓங்கியிருந்தது. அது தன்னை தக்கவைப்பதற்கான போர். மரபு அழியாமல் காக்கவேண்டிய சமர். அதை நடத்தவேண்டியவர்கள் இவர்கள். அதை வெற்றிகரமாக நடத்தியும் காட்டினர்.

பதினெட்டாம் நூற்றாண்டின் இறுதியில் இந்துமதச்சீர்திருத்த அலையாக செயல்சக்தி மேலெழுந்தது. இன்றுவரை அதுவே தொடர்கிறது. இந்துச் சீர்திருத்த அலை பல படிகள் கொண்டது. இந்துமதத்தை ஐரோப்பிய தாராளவாதச் சிந்தனைகளுடன் இணைத்து நவீனப்படுத்தும் ஒரு போக்கு [ராஜா ராம்மோகன் ராய் உதாரணம்] இந்துமதத்தின் அறிவார்ந்த மையத்தை மட்டுமே முன்வைக்கும் போக்கு [சுவாமி விவேகானந்தர் உதாரணம்] என இரு போக்குகள் ஆரம்பகாலத்தில் உருவாயின.

அடுத்தபடியாக இந்துமதத்தில் இருந்து மெய்யியலை மட்டுமே எடுத்துக்கொண்டு மத அடையாளங்களை கடந்து உலகளாவ முன்வைக்கும் போக்கு உருவாகியது. ஜித்து கிருஷ்ணமூர்த்தி, ஓஷோ முதல் இன்று ஜக்கி வாசுதேவ் வரை உதாரணம். ஆசாரவாதிகள் இந்த மூன்று மரபையுமே எதிர்ப்பார்கள். ஆனால் இது இப்படி நிகழ்கிறது என்பதே வரலாறு.

நான் இந்துமதத்தின் மெய்யியல் சாரம்சமே முதன்மையானது என நம்புபவன். ஞானமார்க்கத்தை தெரிவுசெய்தவன். வேதாந்தியான நாராயணகுருவின் வழிவந்தவன். இந்த செயல் சக்தியே இந்துமதத்தின் இன்றைய தேவை என நினைப்பவன். ஆனால் நிலைச்சக்தி இருப்பதைக் கண்டு வெறுப்படையவில்லை.

இரண்டாவதாக இந்தக் காணொளிகளில் உள்ள சாதியச் சூழ்ச்சிகளுக்கு வருகிறேன். மேலே காட்டிய காணொளிகளில் பேசுவதுபோலவே பேசும் தாத்தா பாட்டி அப்பா சித்தப்பாக்கள்

இந்து மெய்மை ✦ 51

பிராமணரல்லாதவர் இல்லங்களில் இல்லையா? அவர்கள்தானே நமது வீடுகள் தோறும் இருந்துகொண்டிருக்கிறார்கள்?

நான் ஈரோடு கோவை பகுதிகளில் பயணம் செய்கையில் ஒவ்வொரு ஊரிலும் இரட்டைக்குவளை முறை இருப்பதை பார்க்கிறேன். கண்ணாடிக் கோப்பையில் டீ கிடைக்காது. சிலர் குடித்துக் கொண்டிருப்பார்கள். கேட்டால் ‘அது தெரிஞ்சவங்களுக்கு’ என பதில்வரும். கோவையில் ஒரு நண்பர் நேற்றுப் பேசும்போது அவர் கோவையின் புறநகர் டீக்கடையில் இரட்டைக் குவளை முறை இருப்பதைக் கண்ட அதிர்ச்சியை பதிவுசெய்தார்.

சாதி என்பது மதத்தால் உருவாக்கப்பட்டது அல்ல. அது தொன்மையான இனக்குழு *[tribe]*க்களிலிருந்து உருவாகி வந்தது. இனக்குழுக்கள் திரண்டு சாதிகளாயின. சாதிகளுக்குள் துணைச்சாதிகாளாக கோத்திரங்களாக கூட்டங்களாக இனக்குழு அடையாளங்களும் நீடிக்கின்றன.

சாதிகளின் மேல்கீழ் அடுக்குகளும் மதத்தால் உருவாக்கப் பட்டவை அல்ல. நிலஉரிமை, அரசியல் ஆதிக்கம் ஆகியவற்றின் அடிப்படையில் நீண்டகால போராட்டம் வழியாக உருவாகி வந்தது அந்த அடுக்கு. அது மாறிக்கொண்டும் இருந்தது. நிலமும் அரசுரிமையும் பெற்ற சாதிகள் மேலே சென்றதும் இழந்த சாதிகள் கீழே தள்ளப்பட்டதும் பத்தொன்பதாம் நூற்றாண்டு வரை நிகழ்ந்துகொண்டிருந்தது.

சாதிகளின் அடுக்குமுறையை பேரரசுகள் உறுதிசெய்தன. அவற்றின் ஆட்சிக்கு அந்த அடுக்குமுறை தேவை. பேரரசுகள் சாதிகளின் அடுக்குமுறையை நிலைபெறச்செய்ய மதங்களைப் பயன்படுத்திக்கொண்டன. மதங்களின் பணி அந்த அடுக்கு முறைக்கு புனிதத்தன்மையை கற்பிப்பது, அவற்றை இறையாணையாக காட்டுவது மட்டுமே. அதற்கு அப்பால் சாதி என்பது ஒரு வேர்த்தொடர்ச்சி, குழுஅடையாளம்.

ஆகவேதான் எந்தச் சாதியானாலும் சாதிமேல் பற்றுடன் இருக்கிறது. சாதியடையாளத்தை விட மறுக்கிறது. சாதியால் ஒடுக்கப்பட்ட சாதிகூட தன் சாதிமேன்மைகளை கண்டு

பிடிக்கிறது. கூடவே இன்னொரு சாதியை தன்னைவிடக் கீழே வைக்க முயல்கிறது. சாதி அடுக்குபோலவே சாதிக்குள்ளும் அடுக்குகள் உள்ளன. நீங்கள் கவுண்டர். கவுண்டர்களில் எந்தக் கூட்டம் மேல் எந்தகூட்டம் கீழ் என்று உங்களுக்கே தெரியும்.

ஆக, சாதிமேட்டிமைவாதம் நம்மிடம் பலமடங்கு உள்ளது. சாதி ஒடுக்குமுறையை நேரடியாகச் செய்பவர்கள் நாம். ஆனால் தந்திரமாக சாதியை கற்பித்தவன் பிராமணன், ஆகவே சாதி ஒடுக்குமுறைக்கு பிராமணனே காரணம் என கைகாட்டிவிட்டுத் தப்பித்துக்கொள்கிறோம். இது நம் ஆத்மாவை நாமே ஜேப்படி செய்துகொள்வது. இதை திரும்பத் திரும்பச் சுட்டிக்காட்டுகிறேன்.

தமிழ்நாட்டில் உண்மையில் சாதிப்பழமைவாதம், ஒடுக்கு முறை ஒழிய வேண்டுமென்றால் இதுபோல பிராமணர்களை கண்டுபிடித்து பலியாடுகளாக ஆக்குவதை கைவிட்டு நாம் நம்மை விமர்சிக்க பழகவேண்டும். அதற்கு நாம் நம் பழமைவாதத்தையும் மேட்டிமைவாதத்தையும் ஒப்புக் கொள்ளவேண்டும்.

அந்தக் கட்டுரையின் தலைப்பே பழியை திசைதிருப்பி தன்னை ஒளித்துக்கொள்ளும் சூழ்ச்சி என நான் சொல்வேன். நேர்மையாக நம்மை நாம் முன்வைப்போம் என்று அறைகூவுவேன்.

இன்றைய தேவை பிராமணவாதம் இல்லாத இந்துமதம் அல்ல. செயல்சக்தி ஓங்கிய இந்துமதம். இந்துமதத்தின் மெய்யியலை, ஞானத்தை முன்வைக்கும் இந்துமதம். ஆசாரவாதம் அடங்கி செயலற்றிருக்கும் இந்துமதம். அது உருவாகி மேலோங்கி வருகிறது என்பதும் கண்கூடு.

ஆசாரவாதத்தில் இருந்து வெளிவரவேண்டியவர்கள் பிராமணர்கள் மட்டுமல்ல. அத்தனை இந்துக்களும்தான். பிராமணர்களை விட சாதிவெறி உச்சத்திலிருக்கும் கவுண்டர், நாடார், வன்னியர், தேவர் போன்ற இடைநிலைச் சாதியினர் முதன்மையாக. நாயர்களும்தான்.

***

பார்ப்பான் பிறப்பொழுக்கம்

வணக்கம் ஜெ,

இந்த குறளில் வரும் 'பார்ப்பான்' என்னும் சொல், அந்தணரைக் குறிக்கிறதா? காண்பவன் என்ற பொருளும், சரியாக இருப்பதாகத் தோன்றவில்லையே? எல்லா உரைகளிலும் அந்தணர் என்றே பொருள் கொண்டிருக்கிறார்கள். உங்கள் கருத்து என்ன?

மறப்பினும் ஓத்துக் கொளலாகும் பார்ப்பான்
பிறப்பொழுக்கங் குன்றக் கெடும். (குறள் 134)

[அறத்துப்பால், இல்லறவியல், ஒழுக்கமுடைமை]

- கோபிநாத், சேலம்

***

அன்புள்ள கோபிநாத்

குறளின் பொருளை கொள்ளும்போது அது உருவான காலகட்டத்தின் பொதுவான சமூகச்சூழல், அன்றிருந்த அறவியல், குறள் ஒட்டுமொத்தமாக முன்வைக்கும் பார்வை ஆகியவற்றை கருத்தில் கொண்டுதான் பொருள்கொள்ளவேண்டும்.

குறள் சமணப்பண்பாடு தமிழகத்தில் வேரூன்றிய களப்பிரர் காலகட்டத்தில், ஒரு சமணக் குரவரால், இங்கு அவர்கள் உருவாக்கிய கல்விப்பணிகளின் பொருட்டு எழுதப்பட்ட அறநூல் என்பது என் எண்ணம். பதினெண்கீழ்க்கணக்கு நூல்கள் ஏறத்தாழ எல்லாமே சமண–பௌத்த பின்னணி கொண்டவை. தங்கள் கல்விப் பணிகளின் பொருட்டு இலக்கணநூல்கள்,

அறநூல்கள் ஆகியவற்றை இந்தியாவெங்கும் சமணர் உருவாக்கியிருக்கிறார்கள்.

ஆனால் குறள் சமணத்தை போதிக்கும் நூல் அல்ல. பொதுவான அறத்தையே அது முன்வைக்கிறது. சமணம் இன்று நம்மில் கற்பிதம் செய்வதுபோல வேதமதத்திற்கு எதிரானது அல்ல. மாற்றான பார்வை ஒன்றை முன்வைத்தது, கொள்கையளவில் முரண்பட்டது எனலாம். ஆனால் வைதிக மதத்திற்கும் சமணத்திற்கும் பொதுவான தொன்மங்களும் அறங்களும் தத்துவங்களுமே மிகுதி.

இக்குறள் அந்தணரின் ஒழுக்கம் பற்றியே பேசுகிறது. சங்கப்பாடல்கள் தொட்டு தமிழிலக்கியத்தில் எங்கெல்லாம் அந்தணர் குறிப்பிடப்படுகிறார்களோ அங்கெல்லாம் அவர்கள் இரண்டு இயல்புகளைக் கொண்டு அடையாளப்படுத்தப் படுகிறார்கள். ஒன்று அவர்களின் நோன்பு வாழ்க்கை. இரண்டு அவர்களின் மூவேளை எரியோம்பும் கடமை. அந்தப் பார்வையின் நீட்சியே இதில் உள்ளது.

ஆனால் நுட்பமான ஒரு வேறுபாடும் உள்ளது. வைதிக மதத்தைப் பொறுத்தவரை கற்றவேதத்தை மறப்பதே அந்தணன் சென்றடையும் அறுதியான இழிநிலை. குறள் அதைக்கூட பொறுத்துக் கொள்ளலாம், தன் குடிக்குரிய ஒழுக்கநெறிகளை அவன் கைவிடுவது அதைவிடவும் கீழானது என்கிறது. உடைமையின்மை, கொல்லாநெறி, இன்சொல் என அந்தணருக்கான ஒழுக்கநெறிகள் அன்று வகுக்கப்பட்டிருந்தன. அவையே முதன்மை, வேதமோதுவதோ வேள்வியோ அல்ல என்று குறள் சொல்கிறது. அது சமணத்தின் பார்வையாக இருக்கலாம்.

***

இந்துமத விவாதங்கள்

அன்புள்ள ஜெ

நான் இந்துமதம் பற்றிய சிந்தனைகளில் ஆர்வம் கொண்டவன். நான் இந்துமதம் பற்றித் தெரிந்துகொண்டதெல்லாம் என் அப்பாவிடமிருந்து. அப்பா கம்யூனிஸ்டுக் கட்சியைச் சேர்ந்தவர். ஆகவே மிகவும் எதிர்மறையான நாத்திகப் பார்வையே எனக்கு அளிக்கப்பட்டது. புகழ்ச்சிக்காகச் சொல்லவில்லை. எனக்கு உங்கள் தளம் வழியாகவே இந்துமதம் அறிமுகமாகியது. இதிலுள்ள கலை, தத்துவம், மெய்யியல் எல்லாமே தெரியவந்தது. உங்கள் நூல்களை வாசித்திருக்கிறேன்.

ஆனால் இப்போது இந்துமதம் சார்ந்து நடக்கும் விவாதங்களைப் பார்க்கையில் திகைப்பு ஏற்படுகிறது. சமீபத்தைய விவாதங்களைச் சொல்கிறேன். இந்துமதம் பற்றி ஒரு கருத்தைச் சொன்னார் என்பதனால் பழ.கருப்பையா, சுகி சிவம் போன்றவர்களை மிகக்கேவலமாக வசைபாடுகிறார்கள். உள்ளே போய் பார்த்தால் அவர்களே ஒருவரை ஒருவர் வசைபாடிக் கொள்கிறார்கள். சிறு குழுக்களாக நின்று வெறுப்பை உமிழ்கிறார்கள். இவர்களை புரிந்துகொள்ள அடிப்படை என்ன?

- ஆர். ராஜ்குமார்

***

அன்புள்ள ராஜ்,

இந்த வகையான விவாதங்களைப் புரிந்துகொள்ள முதலில் இங்குள்ள கருத்துத் தரப்புக்களைப் புரிந்துகொள்ளவேண்டும்.

இந்துமதம் என நாம் இன்று சொல்வது ஒருபோதும் ஒற்றைப் படையான ஒரு கருத்துத்தரப்பாக, அல்லது அமைப்பாக இருந்தது இல்லை. உள்ளூர முரண்பட்டு கடுமையாக விவாதித்துக் கொள்ளும் மாறுபட்ட தரப்புக்களின் பெருந்தொகையாக, ஒருவகை கருத்துவெளியாகவே இருந்துள்ளது. இந்தப் பன்மைத் தன்மையை புரிந்துகொண்டாலொழிய நாம் இந்துமதத்தையும் புரிந்துகொள்ளமுடியாது. அதன் உள்விவாதங்களையும் புரிந்துகொள்ளமுடியாது.

இந்துமதம் என நாம் சொல்வது இந்தியாவில் தொல் பழங்காலம் முதல் இருந்துவந்த வெவ்வேறு தொல்குடி வழிபாடுகள் மற்றும் அவை திரட்டியெடுத்த மெய்ஞானங்கள் ஒன்றுடன் ஒன்று விவாதித்தும் இணைந்தும் உருவான ஒரு அறிவுப்பரப்பு. அந்தத் தரப்புகள் ஒன்றிலிருந்து ஒன்று பெற்றுக்கொண்ட பொதுக்கூறுகளால் ஆனவை. அதேபோலவே தங்கள் தனித்தன்மையைப் பேணிக்கொள்ளவும் முயல்பவை. இச்சித்திரத்தை நாம் வரலாற்றுரீதியாக உருவாக்கிக்கொள்ள முடியும். அதற்கு சென்ற நூறாண்டுகளில் இந்துத் தொன்மங்களையும் வழிபாட்டு முறைகளையும் ஆராய்ந்த அறிஞர்கள் நமக்கு வழிகாட்டுவார்கள்.

இந்த வரலாற்றுரீதியான அணுகுமுறைக்கே எதிர்த்தரப்புக்கள் உண்டு. முதன்மையாக இரண்டு. ஒன்று மரபார்ந்த மத நிறுவனங்களையும் மத நம்பிக்கைகளையும் சார்ந்தவர்களின் தரப்புக்கள். இன்னொன்று, இந்துத்துவ அரசியல்வாதிகளின் தரப்பு.

மரபார்ந்த மதநம்பிக்கை கொண்டவர்களைப் பொறுத்தவரை அவர்களின் தெய்வங்களும் சரி, மரபுகளும் சரி சனாதனமானவை, அனாதியானவை, தெய்வங்களால் உருவாக்கப்பட்டவை, மெய்யாசிரியர்களால் விளக்கப்பட்டு வரையறை செய்யப்பட்டவை. அவை காலத்தில் பரிணாமம் கொண்டு வந்தவை என்றோ வெவ்வேறு பண்பாட்டுக்கூறுகளின் முயங்கல் வழியாகத் திரண்டவை என்றோ அவர்களால் ஏற்கமுடியாது. அவர்கள் அதை மதநிந்தனை என்றே கருதுவார்கள். 'பல்லும் நகமும்' கொண்டு எதிர்ப்பார்கள். அது அவர்களின் நம்பிக்கை.

நம்பிக்கைகளுடன் விவாதிக்கக்கூடாது என்பது என் நிலைபாடு. ஏனென்றால் நம்பிக்கையும் ஆராய்ச்சியும் நேர் எதிரானவை. நம்பிக்கையாளர்கள் ஆராய்ச்சி என்னும் அணுகுமுறையையே எதிர்க்கையில் எதை விவாதிக்கமுடியும்? அவ்வாறு எதிர்க்காமல் அவர்களால் செயல்படவும் முடியாது.

அவர்களின் ஆராய்ச்சி என்பது அவர்களின் மதமரபுகளில் மூலநூல்களும் ஆசிரியர்களும் என்ன சொல்லியிருக்கிறார்கள், சடங்குகளும் ஆசாரங்களும் சரியான வடிவில் என்ன என்பதாகவே இருக்கமுடியும். இரண்டு தலைப்புக்களிலேயே அவர்களின் ஆராய்ச்சி இருக்கும். நடைமுறைகள் சார்ந்த நம்பிக்கைகள் [சம்பிரதாயங்கள்], அவற்றுக்குரிய தொல்சான்று முறைகள் [பிரமாணங்கள்] ஆகியவை சார்ந்ததாக மட்டுமே இருக்கும். அவற்றைப்பற்றி அறிய அவர்கள் உதவியானவர்கள்.

இந்துத்துவ தரப்பினர் இந்துமதத்தின் வேறுபாடுகள் முரண்பாடுகள் அனைத்தையும் மழுங்கடித்து இந்துமதம் என்னும் ஒற்றைப்பரப்பை உருவாக்க முயல்பவர்கள். இவர்களுக்கு மதமோ ஆன்மிகமோ உண்மையில் முக்கியமே அல்ல. இவர்களுக்கு அரசியலும் அதனுடாக வரும் அதிகாரமுமே முக்கியமானவை. அதற்கான களமே மதமும் ஆன்மிகமும். அதற்கான கருவிகளைத் தேடியே அவர்கள் மத, ஆன்மிக தளங்களுக்குள் நுழைகிறார்கள். அவர்கள் தங்களுக்கான ஆதரவாளர்களின் பரப்பாகவே மதத்தைப் பார்க்கிறார்கள். அது எந்த அளவு சமப்படுத்தப்பட்டுள்ளதோ அந்த அளவு சிக்கலற்றது. ஆகவே இடைவெளியே இல்லாத ‘தரப்படுத்தல்’ மட்டுமே அவர்களின் பணியாக இருக்கும்.

இத்தரப்படுத்தலால் இந்துமதம் போன்ற பிரிந்து பிரிந்து வளர்ந்து செல்லும் தன்மைகொண்ட மதம் இறுக்கமான அமைப்பாக ஆகிவிடுவதைப்பற்றி அவர்களுக்குக் கவலை இல்லை. உள்விவாதங்கள் மறுக்கப்படும்போது காலப்போக்கில் ஒற்றை அதிகார மையமாக இது மாறிவிடும் என்றும் அவர்கள் அறிவார்கள், அதையே அவர்கள் விழைகிறார்கள். மூர்க்கமான விவாத மறுப்பு இந்துமதத்தின் ஞானம் செயல்படும் முறைமைக்கே எதிரானது என அறிவார்கள்,

ஞானம் செயல்படக்கூடாதென்றே எண்ணுகிறார்கள். அவர்கள் இந்துமெய்ஞான மரபின் எந்த ஞானியையும் எந்த பேரறிஞரையும் தங்கள் அரசியலுக்கு ஒத்துவராதவர்கள் என்றால் இழிவுசெய்ய, வசைபாட எந்தத் தயக்கமும் கொள்வதில்லை. அவர்களும் வரலாற்று ரீதியான அணுகுமுறையை அஞ்சுகிறார்கள். வசைபாடியே அதை ஒழிக்க நினைக்கிறார்கள்.

என்னைப் பொறுத்தவரை மதநிறுவனங்கள் சார்ந்த, ஆசாரத்தில் ஆழமான பிடிப்புள்ள பழைமைவாதிகளை மதிக்கிறேன். அவர்களே மெய்யான தூய்மைவாதிகள். அவர்களுக்கு எந்தக்கருத்துச்சூழலிலும் தவிர்க்கமுடியாத இடமுண்டு. அவர்கள் சென்றகாலத்தின் பிரதிநிதிகள். மரபின் தொடர்ச்சிகள். நிலைச்சக்திகள். அவர்கள் இல்லையேல் எந்த மத – தத்துவ – ஆன்மிக அமைப்பும் அடித்தளமில்லாமல் காகிதவீடுபோல பறந்துசெல்லும். ஆனால் அரசியல்ரீதியாக மத – ஆன்மிக செயல்பாடுகளை தரப்படுத்த முயல்பவர்களை எதிர்க்கிறேன். அவர்கள் காலப்போக்கில் இந்துமெய்யியலின் அடிப்படையையே அழித்துவிடுவார்கள். இதையே எப்போதும் சொல்லி வருகிறேன்.

ஒட்டுமொத்தமாக மதம்சார்ந்த விவாதங்களில் நம் சூழலில் கேட்கும் குரல்கள் என்னென்ன? ஐந்து பெருந்தரப்புக்களாக இவற்றை ஒழுங்கமைத்துப் பார்க்கலாம்.

ஒன்று இந்துமதத்தின் ஏதேனும் ஒரு பிரிவின்மேல் ஆழ்ந்த பற்றுகொண்டு அதில் ஈடுபடுபவர்கள் பிறரை மறுத்து எழுப்பும் விவாதங்கள். உதாரணமாக, சைவ வைணவ பிரிவுகளின் குரல்கள். அவை நம்பிக்கை வெளிப்பாடுகள், ஆகவே பொது விவாதத்திற்குரியவை அல்ல என்பதே என் எண்ணம். ஆனால் அவ்விவாதம் எழுவதைத் தடுக்கவும் முடியாது. ஏனென்றால் அது நம்பிக்கையின் இயல்பு. அந்த விவாதம் நாகரிக எல்லையைக் கடக்காதவரை, இந்துமத எல்லைகளை இழிவுசெய்யாதவரை நன்று.

இரண்டாம் வகை விவாதம் இந்துத்துவ அரசியலாளர் களுடையது. அவர்கள் உருவாக்கி வைத்திருக்கும் ஒற்றைப்

படையான ஒரு இந்துமத உருவகத்திற்கு எதிரானது என அவர்கள் எண்ணும் அனைத்தையும் வசைபாடி மறுப்பார்கள். தங்களால் ஏற்றுக்கொள்ள முடியாத அனைத்துக் குரல்களையும் எதிரிக்குரல்கள் என்று சித்தரிப்பது அவர்களின் பாணி. இவர்ளுக்கு மதப்பிரிவுகளில் நம்பிக்கை கொண்டவர்களும் எதிரிகள்தான். மதத்தை ஆய்வுநோக்கில் அணுகுபவர்களும் எதிரிகள்தான்.

மூன்றாவது தரப்பு, இந்தியவியலாளர்களுடையது. இந்தியவியல் என்பது இந்தியவரலாறு, தத்துவம், மெய்யியல் ஆகியவற்றை புறவயமான ஓர் அறிவுத்துறையாகப் பயிலும் பொருட்டு ஐரோப்பிய அறிஞர்களால் உருவாக்கப்பட்டது. மோனியர் விலியம்ஸ் முதல் நார்மன் போலக், வெண்டி டானிகர் வரை அதன் அறிஞர் நிரை மிகப்பெரியது. இந்துமெய்யியலை கண்டடைய, தொகுக்க அவர்கள் எடுத்த முயற்சி போற்றற்குரியது. அவர்கள் இல்லையேல் இந்திய மெய்ஞானம் அழிந்திருக்கும். இந்திய மெய்ஞானம் ஒற்றை கருத்தமைப்பாகத் தொகுக்கவும் பட்டிருக்காது.

அவர்களுக்குள் பலதரப்பினர் உண்டு. பல கருத்துநிலைகளை அவர்கள் முன்வைப்பதுண்டு. அது சார்ந்த விவாதங்களும் உண்டு. அவர்கள் ஒவ்வொருவரையும் பயின்று அவர்களின் கருத்துக்களை புறவயமாக பரிசீலித்து ஏற்றுக்கொள்ளுவதே நாம் செய்யவேண்டியது.

நான்காவது, மதத்தை அழிக்க எண்ணும் நாத்திக அரசியல் தரப்பு. இவர்களுக்கு மதம் என்பது மூடநம்பிக்கை. பழைமை. நிலப்பிரபுத்துவம். அதை அழிக்கும் அரசியலே விடுதலைக்குரியது. இவர்களில் பல உட்தரப்பினர் உண்டு. திராவிட இயக்கம்போல மதத்தை ஒட்டுமொத்தமாக வெறும் மூடநம்பிக்கை என எதிர்ப்பவர்கள். மதம்சார்ந்த அறிதல்களோ அதற்கான அறிவார்ந்த முயற்சியோ இவர்களுக்கு இருப்பதில்லை. இன்னொரு தரப்பினர் இடதுசாரிகள். இவர்களில் மதத்தை வரலாற்றுப் பொருள்முதல்வாத நோக்கில் ஒரு முரணியக்கப் பரிணாமத்தால் உருவாகி வந்தது எனக் கருதும் பேரறிஞர்கள் முதல் எளிய தொண்டர்கள் வரை உண்டு. மூன்றாம் தரப்பு அயோத்திதாசர் - அம்பேத்கர் வழிவந்த தலித் ஆய்வாளர்கள்.

இவர்களுடையது சமூகவியல் கோணத்தில் மட்டுமே இந்துமதத்தை அணுகுவது.

திராவிட இயக்கத்தவருக்கு இந்துமதம் பற்றிய அறிதல்கள் பெரும்பாலும் முழுச்சூனியம். அவர்கள் தங்கள் கருவிகளை இடதுசாரிகளிடமிருந்தும் அயோத்திதாசர் - அம்பேத்கர் போன்றவர்களிடமிருந்தும் பெற்றுக்கொள்கிறார்கள். திராவிட இயக்கத்தினரின் மதம்சார்ந்த ஆய்வுகளும் கருத்துக்களும் எவ்வகையிலும் கவனத்திற்குரியன அல்ல. தலித் ஆய்வாளர்களின் மதம்சார்ந்த கருத்துக்கள் இந்துமதம் குறித்த சித்தரிப்பில் விடுபட்டுவிடும் சில முக்கியமான தளங்களை கருத்தில் கொள்வதற்கு மிகமிக இன்றியமையாதவை.

மார்க்ஸிய நோக்கில் மதத்தை ஆராய்பவர்களின் குரல்களை மதத்தை அறியவிரும்புபவன் ஒருபோதும் தவிர்க்க முடியாது. அவர்களின் ஆய்வுக்கருவிகள் புறவயமானவை. சான்றுகளை தொகுப்பதற்கு அவர்கள் கைக்கொள்ளும் முறைமைகள் இந்தியவியலாளர்களிடமிருந்து பெற்றுக்கொண்டவை. அவர்கள் ஒருவகையில் இந்தியவியலாளர்களின் நீட்சிகள். அவர்களின் பார்வைக்கோணத்தை மறுப்பதற்குக்கூட அவர்களைப் பயின்றாக வேண்டும். இந்துமெய்மரபின் உள்ளடுக்குகளை, அவை உருவாகிவந்த சமூகப்பொருளியல் சூழலை, அவற்றுக்கிடையேயான முரண்பாட்டையும் விவாதங்களையும், அவற்றின் தத்துவார்த்தமான மதிப்பை புரிந்துகொள்ள இவர்கள் இன்றியமையாதவர்கள். எந்தத் தரப்பினருக்கானாலும்.

ஐந்தாவது தரப்பு, மாற்றுமதத்தினர். இவர்களுடையது பெரும்பாலும் மதவெறி. தன் மதமே உயர்ந்தது, அதை நிறுவுவது மதக்கடமை என்னும் எண்ணம். தமிழ்ச்சூழலில் இவர்கள் தங்களை திராவிட இயக்க ஆதரவாளர்களாகவோ, தலித் இயக்க ஆதரவாளர்களாகவோ மாற்றுருக்கொண்டு முன்வைப்பார்கள். சிலர் அரிதாக தங்களை இடதுசாரிகளாகச் சித்தரித்துக் கொள்வார்கள். இவர்கள் அடையாளம் கண்டுகொள்ளப்பட வேண்டியவர்கள்.

இவற்றில் நீங்கள் எங்கே நின்றிருக்கிறீர்கள், உங்கள்

அணுகுமுறை எதனுடன் ஒத்துப்போகிறது என்பதை முதலில் தெளிவுபடுத்திக் கொள்ளுங்கள். அது இல்லாமல் இப்படி அவ்வப்போது எழும் பொதுவான விவாதங்களில் ஈடுபடுவதும் நிலைபாடு எடுப்பதும் குழப்பத்தையே உருவாக்கும். உங்கள் நிலைபாடும் எதிர்வினையும் தெளிவாகியது என்றால் அத்தனை பேரையும் ஒட்டுமொத்தமாக 'இந்துமதம் பற்றி பேசுபவர்கள்' என்னும் அடையாளத்திற்குள் அடைக்கமாட்டீர்கள்.

***

இந்துமதத்தைக் காப்பது...

அன்பு ஜெ,

சில நாட்களுக்கு முன்பு எனது அரேபிய நண்பர்களுடன் பேசும்போது பேச்சுவாக்கில் ஜப்பான், ஜெர்மன் போன்ற தேசங்களுக்கும் இந்தியாவுக்கும் உள்ள பிரச்சினை மக்கள் தொகைதான். ஒன்று நிறைய இருப்பதினால் மற்றொன்று இல்லாததினால் என்று சொல்லிக்கொண்டிருந்தோம். அப்போது ஒரு அரேபிய நண்பன் உடன் சொன்னான் "இப்போது இஸ்லாமியர்" ஆப்ரிக்கா மற்றும் சிரியாவிலிருந்து ஐரோப்பாவிற்கு இடம்பெயர்கிறார்கள். கூடிய விரைவில் அங்கும் மக்கள் தொகை பெருகி இஸ்லாமியர்களால் நிரம்பும் என்றான். இத்தகைய "இஸ்லாமிய உலக" கனவு அன்று மட்டும் அல்ல மேலும் பல சந்தர்ப்பங்களில் வேறு வேறு நண்பர்களால் அவ்வப்போது வெளிப்படையாக பேசப்பட்டு வருவதுதான்.

இப்போது மத்திய கிழக்கில் நடந்துவரும் சில அரசியல் நகர்த்தல்கள் அதை நோக்கி இருப்பதை யாரும் அவதானிக்க முடியும். இந்தியாவில் இன்று இருக்கும் திரு.மார்க்ஸ் அவர்களால் நிறுவப்பட்ட இடதுசாரி மதங்களும், தமிழகத்தில் "இந்து மதத்தை அழித்துவிட்டால் சாதி அழிந்துவிடும்" என்று தீவிர பிரசாரத்தோடு பெரியாரை முன்னிறுத்தி அங்கங்கே முளைத்திருக்கும் அரசியல் கட்சிகளும், பேய்களும் பிசாசுகளும் குடியிருக்கும் கோவில்கள் என்று பிரச்சாரம் செய்துவரும் ஆபிரகாமிய மதங்களும் நன்றாக அரசியல் செய்துவருகின்றன.

இந்த நிலையில் மனதில் ஒரு கேள்வி நிலைகொண்டு சுற்றிச்சுற்றி வருகின்றது.

நீங்கள் சொல்வது போல "இந்து மதம் – இந்துப் பண்பாடு ஆகிய இரண்டிலிருந்தும் இந்துத்துவ அரசியலை முற்றாகப் பிரித்துக்கொள்வதே இத்தருணத்தில் இந்துவென தன்னை உணரும் ஒவ்வொருவரும் செய்தாகவேண்டியது."

"இந்துமதம் அதன் ஞானிகளால் வழிகாட்டப்படட்டும். அதன் மெய்நூல்களால் ஆளப்படட்டும். இன்றுவரை பிரிந்து பிரிந்து வளர்வதன் வழியாக, அனைத்துத் தேடல்களையும் அனுமதிக்கும் உள்விரிவின் வழியாக, தனித்தன்மைகளை தக்கவைத்துக்கொள்ளும் உறுதியின் வழியாகவே இது வளர்ந்துள்ளது" ஒரு இந்துவாக, ஆன்மிக நிலையில் இது உண்மையிலேயே சரியான பதில்தான். என்றாலும்.....

ஐரோப்பாவில் பாகன் மதம் என்ற ஒன்று இருந்ததும், பெருமை மிக்க மெசபடோமியா பாரசீக, அபிசீனிய, காந்தார, பண்பாடுகள் இருந்து அழிந்ததும் உங்களின் வழியாகவே ("இந்திய ஞானம்") தெரிந்து கொண்டேன்.

தற்போது இந்தோனேசிய நண்பர்களுடன் பழகும் பொது (தேவி, சத்யவதி, இந்திரா, சக்தி போன்ற பெயர்களில் இன்றும் நண்பர்கள் இருக்கிறார்கள்). என்றோ அவர்களின் உள்ளே அழிந்துகொண்டிருக்கும் பழைய பண்பாடுகளின் கூறுகளைக் கண்டுகொண்டே இருக்கிறேன்.

தென்கொரியா பிலிபைன்ஸ் போன்ற நாடுகளையும் இதன் பொருட்டு கணக்கில் கொள்ளலாம். ஏன் இந்தியாவிலேயே கடந்த ஐநூறு வருடங்களாக இந்து மதத்திற்கும் இந்துப் பண்பாட்டிற்கும் உள்ள நெருக்கடியை இன்றும் முழுதாக கடக்க முடியாத நிலையிலேயே இந்து மதம் உள்ளது என்று நினைக்கிறேன்.

மிகையில்லாமல் உண்மையிலேயே சொல்கிறேன் உங்கள் தளம் இல்லை என்றால் இந்தியாவிலேயே பிறந்து வளர்ந்த நானும் இந்து மதத்தை கண்டிப்பாக புரிந்துகொண்டிருக்க

மாட்டேன். இந்த நிலையில், அரசியலில் சக்தியாக இல்லாத நிலையில் இந்துமதத்தை இந்தியாவால் காப்பாற்ற முடியுமா? நீண்ட கால நோக்கில் இந்துமதத்தை ஒன்றும் செய்யமுடியாது என்பதை எந்த நம்பிக்கையின் வழியாக நம்பிக்கை கொள்வது. அவ்வாறு நம்பிக்கை கொள்ள முடியாது என்பதை வடகிழக்கு மாநிலங்களும் காஷ்மீரும் கண்முன்பே நிற்பதை காண்கிறோமே.

ஒரு சாதாரண இந்துவாக, இந்துமதத்தின் பன்மை தன்மை இவர்களால் வளராது என்று உணர்ந்தாலும் மேலே சொன்ன 'அழிவுகளால்' ஆபத்தில்லை என்ற முறையில், இந்துமதத்தின் பன்மைத்தன்மையை ஆபிரகாமிய, கம்யுனிச மதங்களிலிருந்து கண்டெடுப்பதை விட இவர்களின் 'ஒற்றை இந்து' மதத்திலிருந்து கண்டெடுப்பது எளிது என்ற முறையிலும்.

லட்சுமி மணிவண்ணன் 'பெரியாரியர்களின் தேவை' என்ற கட்டுரையில் சொன்னதுபோல் 'எந்த ஒரு குழுவும் சமூகத்தில் இல்லாத தேவைகளின் மீது நின்று கொண்டிருக்கவே இயலாது' என்ற முறையிலும் இந்த இந்துத்துவத்தின் அரசியலை ஏற்றுக் கொள்ளலாமா?

அன்புடன்,

பழனிவேல் ராஜா.

***

அன்புள்ள பழனிவேல்,

மேற்கண்ட வினா எனக்கு மிக அணுக்கமானது. ஏனென்றால் இருபதாண்டுகளுக்கு முன்பு என்றால் நானே இந்நிலையில் நின்று இதை கேட்டிருப்பேன். மேலும் நீண்டகாலம் அந்தக் குழப்பமும் ஐயமும் என்னுடன் இருந்துகொண்டேதான் இருந்தது. இன்றிருக்கும் புரிதல் படிப்படியாக வந்தடைந்தது.

உங்கள் கேள்வியின் முதல் புரிதல் மதம் என்பது அரசியல் வழியாக, அதிகாரம் வழியாக நிலைநிறுத்தப்படுவது என்பது. இந்த நம்பிக்கையை இங்கே அரசியல் வழியாக அதிகாரத்தை விழையும் சக்திகள் உச்சகட்ட பிரச்சாரம் வழியாக

ஐம்பதாண்டுகளாக நிலைநிறுத்தியிருக்கிறார்கள். அந்த மாபெரும் அமைப்புடன் விவாதிப்பது பெரும்பணி. ஆனால் நீங்களே உங்களை, சூழ்ந்திருப்பவர்களை கூர்ந்து பார்த்தீர்கள் என்றால் சரியான பதிலை எளிதில் சென்றடைய முடியும்.

நான் ஓர் அனுபவத்தை சொல்கிறேன். அக்டோபர் -2016 இல் நான் கேதார்நாத்துக்கு நண்பர்களுடன் சென்றேன். 13 கிமீ மலையேறி மேலே சென்றோம். அங்கே ஆலயத்தில் பூசை நிகழ்ந்தது. தாந்த்ரீக முறைப்படி நிகழ்ந்த பூசை ஒரு கண்நிறைக்கும் உளம்நிறைக்கும் அனுபவம். காலாதீதமான ஒன்றை கண்முன் காண்பது. ஆனால் கூடிநின்றவர்களில் எங்கள் சிலரைத்தவிர அனைவருமே கருவறையையும் பூசையையும் செல்பேசியில் படம் எடுத்துக்கொண்டிருந்தார்கள். தீப்பந்தங்களுடன் பூசகர்கள் வெளியே ஓடி ஒரு சடங்கை செய்தனர். செல்பேசிகளுடன் கூட்டம் பின்னால் ஓடியது.

இதேபோன்ற காட்சிகளை தமிழகத்தின் ஆலயங்களில் ஏராளமாகக் காணலாம். பூசைமுறைமை மீறல்கள். ஆலயச் சூறையாடல்கள். அவையனைத்தையும் செய்பவர்கள் இந்துக்கள் எனப்படும் இந்தப் பெருந்திரள்தான். அவர்களுக்கு தங்கள் மதம் பற்றி தத்துவார்த்தமாக பத்துவரி சொல்லத் தெரியாது. தங்கள் மதத்தின் வழக்கங்களில் அறிமுகமே இல்லை. தன்னலவெறிக்கு அப்பால் அவர்களுக்கு எந்த ஆர்வமும் இல்லை.

இந்துமதம் எவரில் நிலைகொள்கிறது? இவர்களிலா? பிறப்பால் பழக்கத்தால் இந்துவாக இருக்கும் இவர்கள், ஏதாவது சிக்கல் என்றால் சோதிடனிடம் கேட்டுக்கொண்டு கோயிலுக்குச் செல்லும் இவர்களால்தான் இந்துமதம் நிலைகொள்கிறதா? இந்தக் கும்பலை அரசியலால் அதிகாரத்தால் 'தக்கவைத்து'க் கொண்டால்தான் இந்துமதம் வாழுமா?

இந்து மதம் என்பதை ஒருவகையான ஆதிக்கம், அதிகாரம் என்று மட்டுமே புரிந்துகொள்பவர்கள்தான் இதை சொல்கிறார்கள். மதம் என்னும் வடிவில் தங்களிடமிருக்கும் ஆதிக்கமும் அதிகாரமும் கைவிட்டுப் போகக்கூடும் என்னும் பதற்றமே அவர்களை ஆள்கிறது. ஆதிக்கத்தாலோ

அதிகாரத்தாலோ மதத்தை நிலைநிறுத்த முடியாது. அப்படி நிலைநிறுத்தப்படும் மதம் ஆதிக்கமும் அதிகாரமும்தானே ஒழிய மெய்நாடும்வழி அல்ல.

மதம் என்பது மெய்மைக்கான வழிகாட்டல், தொன்மையான பண்பாட்டுக் கூறுகளின் திரட்டு, வாழ்க்கை முறைகளின் தொகுப்பு என்னும் மூன்று அடுக்குகளால் ஆனது. அம்மூன்றிலும் பெருவாரியான மக்கள் நம்பிக்கை கொண்டு அன்றாட வாழ்க்கையென ஆக்கிக் கொண்டிருக்கையிலேயே அது வாழ்கிறது. அந்த மூன்று தளங்களும் வலுவிழக்கும்போது அந்த மதம் அழியும். அவ்வாறு வலுவிழக்கும் மதத்தை அதிகாரம் காப்பாற்றாது. அத்தகைய அதிகாரத்தால் அந்த மதம் மேலும் கீழ்மைகொண்டு அழியவே வாய்ப்பு.

'மதத்தை காப்பாற்றுதல்' என்ற உளநிலையே பிழையானது. அது மதத்திற்கு வெளியே நின்றுகொண்டு அதை வெறுமொரு அடையாளமாகப் பார்க்கும் கோணம். மதம் 'காப்பாற்றி வைக்க வேண்டிய ஒன்று' அல்ல. மெய்நாட்டத்தின், அன்றாடத்தின் ஒவ்வொரு நிலையிலும் கடைபிடிக்கப்பட வேண்டியது. மதத்திற்காக எவரும் போராட வேண்டியதில்லை. மதத்தில் இருந்து தன் மெய்த்தேடலை தொடங்கினால் போதும். அதற்கான வாழ்க்கையை அமைத்துக் கொண்டால் போதும். மதத்தின் நோக்கமே அதுதான்.

இங்கேதான் மதம்சார் அரசியல் மிகப்பெரிய திரிபுநிலையை செய்கிறது. இதை மேலும் மேலும் தெளிவாக இப்போது பார்க்கிறேன். மதம்சார் அரசியல் அனைவரிடமும் சொல்கிறது: மதநம்பிக்கை முக்கியமல்ல, மதத்தின் மெய்யறிதல் முக்கியமல்ல, மதம்சார் ஒழுகுதலும் முக்கியமல்ல, மத அடையாளம் மட்டுமே முக்கியம் என்று. அந்த அடையாளத்தை சூடிக்கொண்டு பெருந்திரளாவது மட்டுமே தேவை, அதனூடாக அதிகாரத்தை அடைவது மட்டுமே இலக்கு என்கிறது.

ஏனென்றால் இந்த மதம்சார் அரசியலின் ஆழத்திலிருப்பதும் நவீன ஐரோப்பா உருவாக்கிய தாராளவாதநோக்குதான். அதன் அடிப்படை என்பது அறிவியல் சார்ந்த ஒரு தர்க்கநோக்கு.

புறவயத்தன்மை கொண்ட ஒரு பகுப்பு-தொகுப்பு முறை அது. தாராளவாத நோக்கு மதத்தை ஒரு படி மேலே நின்று குனிந்து பார்க்கிறது. ஒட்டுமொத்த மரபையே அப்படித்தான் பார்க்கிறது. மரபை போற்றுவதுபோல அது பேசுவதெல்லாம் அதன் தர்க்கத்திற்கு உட்பட்டு மரபிலிருந்து எதையாவது எடுத்துக்கொள்ள முடியுமா என்பதற்காகத்தான். அப்படி எடுத்துக்கொள்வனவற்றையே அது கொண்டாடும். அவற்றைக் கொண்டு தன் அரசியலை கட்டமைக்க மட்டுமே அது முயலும்.

இந்து அரசியல் என்ற பேரில் இங்கே நிகழ்வது ஒரு மாபெரும் சமநிலையாக்கம் [Standardization]. அது மதத்தின் பல்லாயிரம் நுண்ணிய உள்விரிவுகளை, உள்விவாதங்களை அழிக்கும். ஒன்றிலிருந்து ஒன்றெனக் கிளைக்கும் அதன் படைப்பூக்கத்தை அழிக்கும். ஓர் இந்து இந்துமதம் அளிக்கும் ஒரு கூறின்மேல் ஆழ்ந்த நம்பிக்கை கொண்டு மேலும் மேலும் மூழ்கிச்சென்றே தன் மெய்மையை அடையமுடியும். அரசியலுக்காக அந்த ஆழத்தை அவன் இழப்பான். அந்த ஆழம் மிகமிக அந்தரங்கமானது. மைதானத்திற்காக பூசையறையை தியான அறையை அவன் கைவிடுகிறான்.

சுருக்கமாகச் சொன்னால் தன் அதிகார அரசியலுக்குத் தேவையான கருவிகளுக்காக மட்டுமே இந்துத்துவம் மரபையும், மதத்தையும் அணுகுகிறது. தங்கள் மத அரசியலுக்கு ஒவ்வாத கருத்தை மதத்தின் பிரதிநிதியாக நின்று எந்த அறிஞன் சொன்னாலும் எந்த ஞானி தங்களுடன் உடன்படவில்லை என்றாலும் இவர்களில் தெருச்சண்டியனான ஒருவன்கூட அவர்களை இழிவுபடுத்தத் தயங்குவதில்லை என்பதை காண்கிறோம்.

இந்த அரசியலின் மைய உணர்வென்ன என்று பாருங்கள். அதுவே தெளிவை அளிக்கும். எதிர்மறைத்தன்மை, வசை. வசைபாடப்படுபவர்கள் நிரந்தர எதிரிகளும் அன்றாடம் உருவாகிவரும் 'துரோகிகளும்'. இதையா இந்துமதம் என்கிறீர்கள்? இத்தனை காழ்ப்புகளையும் கசப்புகளையும் உள்ளே நிறைத்துக்கொண்டு, இத்தனை வசைகளை நாளும் உமிழ்ந்த படியா ஞானிகளும் யோகிகளும் உருவாக்கியளித்த மதத்தை

காக்கப்போகிறார்கள்? உங்களுக்கு நாளும் எவரையாவது கசந்து கொட்டினால்தான் இருப்பு நிறைகிறது என்றால் ஏதேனும் ஓர் அரசியலை எடுத்துக்கொண்டு கம்புசுற்றுங்கள். அதை இந்துமதம் என்று மட்டும் சொல்லவேண்டாம். அதன் உளநெகிழ்வும் அகவிரிவும் முற்றிலும் வேறு.

இந்த மதக்காப்பாளர்களை பாருங்கள். ஓர் அறிஞனை, ஞானியை அடையாளம் காணத் திராணியற்ற தெருக்கும்பல். குச்சிகளுடன் இறங்கி 'எதிரிகளை' வேட்டையாடும் குண்டர்கள். தன் மதம் பற்றியேகூட எதையும் அறியாத வெற்றுத்திரள். உங்கள் மதத்தை இவர்கள்தான் காப்பாற்றிக் கொடுக்கவேண்டும் என்றால் நீங்கள் உண்மையில் உங்கள் மதம் என எதைத்தான் நினைத்திருக்கிறீர்கள்? இன்னொரு மதநம்பிக்கையாளனை அன்புடன் பார்க்கமுடியாது உங்களால், அவன் உங்களுக்கு இயற்கை எதிரி என்றால் நீங்கள் என்னவகையான இந்து? அப்படி ஒரு மதமாக இந்துமதத்தை உருவாக்கி இங்கே தக்கவைப்பதில் என்ன நன்மை?

இவர்கள் நுட்பமாக நம் மதத்தை உருமாற்றிக்கொண்டிருக் கிறார்கள். மதத்தின் சாராம்சமான பகுதிகளை அழித்து வெறும் அரசியலடையாளங்களின் தொகுதியாக மாற்றிக் கொண்டிருக்கிறார்கள். நம்மை அறியாமலேயே நாம் அதற்கு ஆளாகி நம் மதத்தின் தொன்மையான ஆழங்களை அறியும் திறனை இழந்துவிடுகிறோம். நாம் இழப்பது மிகமிகப் பெரியது. இன்றைய சூழலில் இதைத்தான் இந்து மதத்தின் அறிஞர்கள், ஞானிகள் இந்துக்களுக்கு அறிவுறுத்தவேண்டும்.

இந்துமதம் அழிகிறதா? அதை என்னால் சொல்ல முடியவில்லை. ஆனால் உலகின் பல நாடுகளில் பௌத்தம் மிகப்பெரிய அழிவை சந்தித்துவருகிறது. அதன் மெய்யியல் அமைப்புக்கு அணுக்கமானதும் அதன் நம்பிக்கை முறையையே தானும் கொண்டதுமான இந்துமதமும் அவ்வாறான ஆபத்தை எதிர்கொள்ளலாம். ஆனால் பௌத்தம் அழிவதற்குக் காரணம் அயல் படையெடுப்புகள் அல்ல. முழுக்க முழுக்க பௌத்தத்தின் பிரச்சினைகளால்தான் அது மறைந்துகொண்டிருக்கிறது. மக்கள்

பௌத்தத்தில் இருந்து ‘திருடப்படவில்லை’ பௌத்தத்தை அறியாமலேயே உதறிச்சென்றார்கள்.

அங்கே பௌத்தம் தேங்கி ஊழல் நிறைந்த அமைப்புகளாக மாறி மக்களிடமிருந்து விலகியது. வெற்றுச்சடங்குகளும் நம்பிக்கைகளுமாக மாறி தன் மெய்யியலையும் தத்துவத்தையும் இழந்தது. நவீன வாழ்க்கையை எதிர்கொள்ளும் ஆற்றலை தன் மக்களுக்கு அளிக்காமலாயிற்று. மனித சமத்துவம் சார்ந்த தரிசனங்களை அது கைவிட்டு மேலாதிக்கத்தையே பேசிக்கொண்டிருந்தது. சொல்லப்போனால் பௌத்தம் என்பது ஒரு வாழ்க்கை முறையாக அல்லாமல் வெறும் அடையாளமாக மட்டும் மாறியது. அந்த அடையாளத்திலிருந்தே மக்கள் விலகிச்சென்றனர், பௌத்தம் என்னும் முழுமையான மதத்தில் இருந்து அல்ல. அந்த அடையாளத்தை மேலோட்டமாக தக்கவைத்தபடியே நாத்திகர்களும் கிறித்தவர்களுமாக நீடிக்கின்றனர் பலர்.

பௌத்தம் இந்துமதம் போன்ற தொல்மதங்களின் அடிப்படைகள் மீது உலகளாவிய தாராளவாதம் [லிபரலிசம்] தொடுக்கும் சற்றும் அறவுணர்ச்சி அற்ற தாக்குதல் அறிவுலகில் நிகழ்ந்துகொண்டே இருக்கிறது. ஐரோப்பிய தாராளவாதத்தின் உள்ளுறையாக இருப்பது கிறித்தவச் சீர்திருத்தவாதிகளின் நோக்கும் இன்னொரு பக்கம் உலகியல்வாதமும். அவை இரண்டுமே இந்துமதம், பௌத்தம், சமணம், தாவோ, ஷிண்டோ போன்ற தொன்மையான மெய்யியல்களை, வாழ்வுமுறைகளை அருவருப்புடனேயே அணுகுகின்றன. அந்த அருவருப்பை மிகமிக நாசூக்கான ஆய்வுகளாக’ ‘சீர்திருத்தப்பார்வைகளாக’ அவை நம் மீது கொட்டுகின்றன. அந்தக் கருத்துக்களே நம்மைச்சூழ்ந்து கல்வித்துறையில், ஊடகங்களில் நிறைந்து கிடக்கின்றன.

நாம் நவீனக்கல்வி பெறுந்தோறும் அதற்கு ஆட்படுகிறோம். மிகப்பெரிய அளவில் நம் மரபிலிருந்தும் மெய்யியலில் இருந்தும் அன்மைப்படுகிறோம். நம்மை நவீனமானவர்கள் என்றும் மனிதாபிமானிகள் என்றும் அறிவியல் நம்பிக்கை கொண்டவர்கள் என்றும் கருதிக்கொள்ளும் பொருட்டு நம் மரபையும் மெய்யியலையும் பழிக்கிறோம். அதனூடாக நம்

மதம் மெலிந்து வெறும் சடங்காக, வெறும் அடையாளமாக ஆகிக்கொண்டிருக்கிறது.

இங்கே இருவகை இந்துக்களே இன்று உள்ளனர். ஒன்று, நவீன தாராளவாதத்தின் செல்வாக்குக்கு உட்பட்டு ஏதென்றும், என்னவென்றும் அறியாமலேயே இந்துமதத்தை ஒட்டுமொத்தமாக பழித்துக்கொண்டு இந்துக்களாக குடும்பச் சூழலில் வாழ்பவர்கள். இன்னொருசாரார், வாழ்க்கையின் இக்கட்டுகளினூடாக இந்துமதம் சார்ந்த சில நம்பிக்கைகளையும் சடங்குகளையும் பின்பற்றுபவர்கள். இருசாராருக்கும் இந்துமதம் பற்றி ஏதும் தெரியாது. இருசாராரும் வெறும் அடையாளமாகவே இந்துமதத்தை கொண்டிருக்கின்றனர்.

வீழ்ச்சி இருப்பது அங்கேதான். அந்த வீழ்ச்சி சரிசெய்யப்படா விட்டால்தான் இந்துமதம் அழியும். அதை செய்யவேண்டியது அரசியல்தளத்தில் அல்ல. இந்துத்துவ அரசியல்வாதிகள் தாராள வாதிகள் சொல்வதையே வேறு கோணத்தில் சொல்கிறார்கள். மதத்தை வெறும் அரசியலடையாளமாக சூடிக்கொண்டு எங்கள் ஊர்வலங்களில் வந்து கொடிபிடி என்று. எங்கள் அதிகார அரசியலின் தொண்டராக நிலைகொள் என்று.

இங்கே நாம் நம் மதத்தைப் பற்றி பேசும் அரசியல்வாதிகள் அனைவருமே அதை ஐரோப்பியமயமாக்குவதைப் பற்றி, அதை ஆபிரகாமிய மதங்களைப்போல ஒற்றைமைய அமைப்பாக, ஒற்றைத்திரளாக ஆக்குவதை பற்றித்தான் பேசுகிறார்கள். அவர்களிடம் அவர்களின் செய்கைகளை கேள்விகேளுங்கள், ஏன் இஸ்லாமில் இல்லையா, கிறிஸ்தவம் செய்யாததா என்று வாதிடத் தொடங்குவார்கள். அதாவது, எது இந்து நம்பிக்கையோ, எது அதன் மேன்மையான உணர்ச்சிகளோ அதை கைவிட்டுவிட்டால்தான் அதை காப்பாற்றமுடியும் என்கிறார்கள்.

இந்துமெய்யியல் மேல், தத்துவம் மீது, வாழ்க்கைமுறை மேல் வைக்கப்படும் தாராளவாதத்தின் தாக்குதலை எதிர் கொள்வதே இன்றைய அறைகூவல். அது அம்மெய்யியலை கற்றுக்கொள்வதன் வழியாக, அதன் பண்பாட்டை வாழ்க்கை

முறையாகக் கொள்வதன்மூலம், அதன் நம்பிக்கைகளை தலைக்கொள்வதனூடாக அடையப்படவேண்டியது. அதற்கு ஞானிகளும் அறிஞர்களுமே வழிகாட்ட முடியும். நூல்களே உதவியாக அமையமுடியும். நீங்கள் மெய்யான இந்துவாக, உங்கள் வாழ்க்கை நிறைவுக்கும் மீட்புக்கும் இந்துமதத்தை கடைபிடியுங்கள். அங்கே தொடங்குங்கள். இந்துமதத்தை காப்பதல்ல, இந்துவாக வாழ்வதே உங்கள் அறைகூவலாக அமையட்டும்.

இறுதியாக ஒன்று, இந்து மதத்திற்கு 'வெளியே' இருந்து ஆபத்துக்கள் வருகின்றன என்றே வைத்துக்கொள்வோம். மதமாற்றம், பிறமதத்தோர் பெருக்கம் போன்ற படையெடுப்புகள் நிகழ்கிறதென்றே கொள்வோம். அதற்கு இந்த அரசியல் ஒரு சிறு துரும்பளவுகூட பாதுகாப்பை அளிக்காது, அளிக்கமுடியாது. அப்பிரச்சினைகளை மேலும் வளர்த்து உணர்வுகளைப் பெருக்கி அதனால் அச்சமும் குழப்பமும் அடைபவர்களை தங்கள் வாக்குவங்கியாக மாற்ற மட்டுமே அதனால் முடியும். நவீன அரசியலின் வழிமுறையே அதுதான். ஐயமிருந்தால் வரலாற்றை கூர்ந்து நோக்குக!

ஏனென்றால் எந்த அரசியலின் நோக்கமும் அரசை கைப்பற்றுவதுதான். அரசு என்பது நிதித்தொகை மட்டுமே. அதை கையாள்வதற்கான அதிகாரத்தையே மதத்தின் பேரால் நம்மை ஒருங்கிணைக்க முயல்பவர்கள் நம்மிடம் கோருகிறார்கள். நாம் கட்டும் வரிப்பணத்தை வாங்குபவர்களிடம் நமக்கு நல்ல வாழ்க்கையை உருவாக்கித் தரும்படி கோருவோம். நம் மதத்தை நாம் பார்த்துக்கொள்வோம்.

***

இந்துத்துவன்

அன்புள்ள ஆசிரியருக்கு,

நண்பர்களுடன் உங்களை பற்றி பேசிக்கொண்டிருந்தபோது, இன்னொரு நண்பரும் பேசினார் அவரும் உங்கள் வாசகரே. எல்லோருமே உங்கள் படைப்புகளில் எது உச்சம், எது சுமாரான படைப்பு என்றெல்லாம் பேசி வந்தார்கள். இதுவரையும் சரி. இதற்கு அடுத்து அவர்கள் முன் வைத்த கருத்தோடு முற்றிலும் மாறுபட ஆரம்பித்தேன். ஜெ.மோ இந்துத்துவா அரசியல் செய்கிறார். அவரின் படைப்புகள் இந்து மதத்தில் இவ்வளவு இருக்கிறது என்பதை நாம் உணராமல் போய்விட்டோமே என்ற பயத்தை ஏற்படுத்துகிறது இது இவர் செய்யும் அரசியல் என்றார்கள்.

எனக்கு சத்தியமாக இவர்கள் பேசுவது புரியவில்லை. உங்கள் படைப்பாளுமையை ஒத்துக்கொண்டவர்கள் கூட முரண்படும் இடம் பிடிபடவில்லை. ஒருவர் சொல்லும் எல்லாவற்றையும் ஒத்துக்கொள்ள வேண்டியதில்லை என்றாலும் அடிப்படையையே எப்படி மறுக்க முடியும். எனக்குத் தெரிந்த விளக்கத்தை வைத்துக்கொண்டு நீங்கள் இந்துத்துவாதி என்பதை ஏற்க முடியவில்லை.

கடவுள் என்று பேசினாலே ஆத்திகனா. இந்து மதத்தைப் பேசினாலே தப்பா. என்னதான் சொல்கிறார்கள். விஷ்ணுபுரத்தில் இருந்து பல இடங்கள் நினைவுக்கு வந்து கொண்டே இருந்தன. தூங்கிக் கொண்டிருக்கும் ஆழ்வாரை தட்டியவுடன் அவர் ஏதோ சொல்லிவிட்டு தூங்கி விடுவார். அதை வைத்துக் கொண்டு

மற்றவர்கள் தொடர்வார்கள். அஜிதர் ஒவ்வொருவராய் வெல்லும் போதெல்லாம் ஒரு விளக்கு எரியும். பின்னர் சித்தரும் அந்த சிறுவனும் பாதாள அறைக்குப் போகும்போது அதெல்லாம் அந்த இடத்தின் கட்டுமான ரகசியம் என்பதைப் பார்ப்பார்கள். கண்ணன் ஒரு ஞானி. அவன் தெய்வமாக்கப் படுகிறான் என்று செல்கிறீர்கள். இதெல்லாம் சேர்ந்தது இந்து மதம் என்று சொல்பவரை இந்துத்துவா என்ற சொல்லில் ஏன் அடைக்க வேண்டும்.

எனக்கு உங்களைப் புனிதப்படுத்த வேண்டும் என்ற எண்ணம் இல்லை. அவர்கள் சொல்வது மாதிரியே இருந்தாலும் இல்லாவிட்டாலும் உங்கள் எழுத்து என் சிந்தனைத் தளத்தை வேறு தளத்திற்கு எடுத்துக் கொண்டு போவதாகவே நான் உணர்கிறேன். எந்தத் தத்துவம் சரியென்று சிறுவன் கேக்கும்பொழுது சித்தர் இந்த இளம் துறவி எல்லோரையும் வென்றிடுவான். அதற்குப்பின் அவன் நிலையை நினைத்து வருந்துகிறேன் என்று சொல்வார். அஜிதர் எல்லாரையும் வென்றுவிட்டு தனிமையில் தோட்டத்தில் நடக்கும்போது ஏன் எல்லாவற்றையுமே தருக்கப்படுத்துகின்றோம் என்று தவிப்பார். எனக்கு இந்த எழுத்து கொண்டுபோற இடத்துல வேற எதுவும் தேவையில்லை. இந்துத்துவா ன்னு இவங்க சொல்றது எதைத்தான்னு தெரிந்து கொள்வதற்காக இதை எழுதுகிறேன்.

- சங்கர்

***

அன்புள்ள சங்கர்,

ஒரு சின்ன வரலாற்று வரைபடம். இந்தியா வாழ்க்கை முறையில், கலையில், அறிவியலில் மேலோங்கியிருந்த ஒரு நாகரீகம். சீனாபோல, எகிப்துபோல, கிரேக்கம் போல. இதை எவரும் மறுக்கவியலாது. ஆனால் அந்தபெரும் பாரம்பரியத்தில் ஒரு சீரான சரிவு பன்னிரண்டாம் நூற்றாண்டு முதல் தொடங்கியது. இந்தியா மீதான அன்னியப் படையெடுப்புகள் அதன் கட்டமைப்பை அழித்தன.

பெருமைக்குரிய நாகரீகங்கள் தங்கள் வளர்ச்சிப் போக்கிலேயே அழிவை நோக்கிச் செல்கின்றன. ஏனென்றால் பண்பாட்டு வளர்ச்சி என்பது பன்மைத்துவம் நோக்கிக் கொண்டு செல்லும். ஒவ்வொரு உட்கூறும் தனித்து வளரும். அவ்வாறு வளர்பவை ஒன்றுடன் ஒன்று முரண்படும். அந்நிலையில் அது ஒற்றைப்படையான, வலிமையான போர்ச்சமூகமாக அல்லாமலாகும். ஒருமையும் தீவிரமும் கொண்ட, அதேசமயம் பண்பாட்டில் பின்நிலையில் நிற்கும் சமூகங்களால் அவை தோற்கடிக்கப்படும். இந்தியாவிற்கும் அது நேர்ந்தது

எழுநூறாண்டுக்காலத் தேக்கம். அதன்பின்னர் பதினெட்டாம் நூற்றாண்டில் ஒரு மறுமலர்ச்சி உருவானது. அதற்குக் காரணம் ஆங்கிலக்கல்வி. ஐரோப்பியத் தொடர்பு. அதையே இந்திய மறுமலர்ச்சி என்றும் இந்து மறுமலர்ச்சி என்றும் சொல்கிறார்கள். இந்துமதச் சீர்திருத்த இயக்கங்களான பிரம்ம சமாஜம், ராமகிருஷ்ண இயக்கம், நாராயணகுரு இயக்கம், வள்ளலார் இயக்கம் போன்றவை உருவாகின. இந்தியாவின் தொன்மையான பண்பாடு மறுகண்டுபிடிப்பு செய்யப்பட்டது. மறுவரையறை செய்யப்பட்டது.

அந்த மறுமலர்ச்சியே இந்தியச் சுதந்திரப் போராக மலர்ந்தது. இந்தியா விடுதலை அடைந்தது. இந்த பெரும் இயக்கத்தின் கனிகளே தாகூரும், பாரதியும், குவெம்புவும், குமாரனாசானும், பிரேம்சந்தும், மாணிக் பந்தியோபாத்யாயாவும், சிவராம காரந்தும், புதுமைப்பித்தனும், தாராசங்கர் பானர்ஜியும் இன்னும் பலநூறு ஒளிமிக்க தாரகைகளும்.

அன்று ஒரு பெரிய கனவு இருந்தது. இந்தியாவின் மெய்ஞான மரபை, அறிவியலை, தத்துவத்தை அறுபட்ட இடத்திலிருந்து எடுத்து வளர்த்து நவீன உலகின் அறிவியக்கத்திற்கு நிகரானதாக முன்னே கொண்டு செல்வது. பத்தொன்பதாம் நூற்றாண்டில் அது மீளமீளப் பேசப்பட்டது. இந்திய மறுமலர்ச்சியில் இரு முகங்கள் இருந்தன. ஐரோப்பாவின் சிறந்த பண்பாட்டுக் கூறுகளை உள்வாங்குதல், இந்தியப் பண்பாட்டுக்கூறுகளை வளர்த்தெடுத்தல்.

ஆனால் சுதந்திரத்திற்குப்பின் நம் பார்வையில் ஒரு முக்கியமான மாற்றம் நிகழ்ந்தது. சுதந்திரப்போரில் இருந்து உருவானவர் என்றாலும் அடிப்படையில் இந்திய மெய்ஞான மரபில் நம்பிக்கையற்றவரும் ஐரோப்பிய மரபு மீது கண்மூடித்தனமான வழிபாட்டுணர்வு கொண்டவருமான நேரு பிரதமரானார். இந்தியாவின் பெரும் பஞ்சங்களை நேரில் கண்ட அவருக்கு உடனடியான வறுமை ஒழிப்பு மட்டுமே முக்கியமானதாகத் தோன்றியது. அதற்கான கல்வி, அதற்கான சிந்தனை ஆகியவற்றை இங்கே அவர் வடிவமைத்தார். அத்துடன் சுதந்திரம் கிடைத்தபோது உருவான பெரும் மதக்கலவரங்களும் அதை ஒட்டி உருவான காழ்ப்புகளும் அவர்களை அச்சுறுத்தின. கல்வியை மதத்தில் இருந்து பிரிக்கத் திட்டமிட்டனர்.

நேருவும் அவரது அணுக்கர்களான மகாலானோபிஸ் பி.என். ஹக்ஸர் போன்றவர்களும் இணைந்து இங்கே உருவாக்கிய கல்விமுறை என்பது இந்திய மரபு சார்ந்த அனைத்தையுமே மதம் சார்ந்தது என விலக்கிவைப்பதாக இருந்தது. ஒரு தேசம் அதன் தத்துவப் பாரம்பரியத்தை – உலகின் மிகப்பெரிய தத்துவப் பாரம்பரியங்களில் ஒன்றை-ஒரு சொல்கூட தன் மாணவர்களுக்கு கற்பிக்காத கல்விமுறை ஒன்றை உருவாக்கியிருக்கிறது என்றால் அது இந்தியாவில் மட்டும்தான். உலக வரலாற்றிலேயே முன்னும் பின்னும் அதற்கு உதாரணம் இல்லை. முழுமையான ஐரோப்பியக்கல்வி இங்கே பொதுக்கல்வியாக ஆகியது. சோறிடும் கல்வியே கல்வி என்றாயிற்று.

வெள்ளையர் ஆட்சிக்காலத்திலேயே இந்தியச் சிந்தனைத் தளத்தில் திட்டமிட்டு உருவாக்கி நிலைநிறுத்தப்பட்ட இந்திய மரபு வெறுப்பு, இந்துமரபு வெறுப்பு என்பது சுதந்திரப் போராட்ட காலத்தில் அன்றைய உணர்ச்சிகளால் கட்டுக்கடங்கி இருந்தது. சுதந்திரத்திற்குப் பின்னர் நம்முடைய நவீனக் கல்விமுறையானது அதை தீனிபோட்டு வளர்த்து பேருருவம் கொள்ளச் செய்தது. அத்தனை கல்விநிறுவனங்களும் பண்பாட்டு நிறுவனங்களும் இந்திய வெறுப்பாளர்கள், இந்து வெறுப்பாளர்களால் நிறைந்தன.

எழுபதுகளில் இந்தியா ஒரு வலிமையான நாடாக எழக்கூடும் என்ற அச்சம் எழுந்தபோது [செஸ்டர் பவுல்ஸ் போன்ற

ராஜதந்திரிகளின் நூல்கள் அவ்வச்சத்தை பதிவுசெய்கின்றனர். அணுகுண்டு வெடிக்கப்பட்டதும், பிராந்திய வல்லரசாக இந்தியா மாற முயன்றதும் ஒரு காரணம்.] உலக ஆதிக்க சக்திகள் இந்தியாவின் மீதான மறைமுகப்போரை கருத்துத்தளத்தில் தொடங்கின.

ஆகவே இந்திய ஒருமைப்பாட்டுக்கு எதிரான அனைத்து சிந்தனைகளுக்கும் நிதி குவியத்தொடங்கியது. இந்திய எதிர்ப்பு மனநிலை கொண்ட அனைவருமே நிதிகளில் திளைத்தனர். அவர்களுக்கு மட்டுமே நிதிக்கொடைகள், பயணங்கள், விருதுகள், சர்வதேச அங்கீகாரம் கிடைத்தது. இந்திய மரபை, இந்துமரபைச் சார்ந்து சற்றேனும் பேசக்கூடிய அனைவருமே விதிவிலக்கே இல்லாமல் புறக்கணிக்கப்பட்டார்கள்.

இந்திய ஒருமைப்பாட்டுக்கு இந்துமதம் காரணம் என எண்ணப்பட்டதனால் இந்துமதத்தை இழிவும் அவதூறும் செய்வது பெருந்தொழிலாகவே அன்னிய சக்திகளால் பேணப்பட்டது. ஒட்டுமொத்தமாக இந்திய - இந்து எதிர்ப்பு என்பது நம் அறிவுத்துறையில், ஊடகத்துறையில், கல்வித்துறையில் ஒரு எதிர்க்கமுடியாத பெரும் சக்தியாக நின்றது. இன்றும் நீடிக்கிறது. அது உருவாக்கிய சிந்தனை முறை, நம்பிக்கைகள் ஒற்றைவரிகளாகவே இளைஞர்களுக்கு வந்து சேர்கின்றன. அவற்றைச் சொல்லிக்கொண்டிருப்பதே நவீன சிந்தனையாளனாகக் காட்டுவது என்று நம்புகிறார்கள் இவர்கள்.

மறுபக்கம் 1925ல் இந்தியாவில் இந்துத்துவ அரசியல் தொடங்கியது. இந்தியதேசிய மறுமலர்ச்சி, இந்துமத மறுமலர்ச்சி ஆகியவை உருவாக்கிய உணர்வலைகளை அரசியல் சக்தியாகத் திரட்டுவதற்கான முயற்சி அது. முஸ்லீம் லீக் தோன்றி இஸ்லாமிய மதவாதம் ஓர் அரசியல் சக்தியாக எழுந்தபோது அதற்கு எதிர்வினையாகத் தோன்றியது இந்து மதவாத அரசியல். காங்கிரஸின் பிழைகளால் அது மெல்லமெல்ல வளர்ந்தது. எண்பதுகளில் வலிமையான அரசியலாக ஆகி இன்று ஆட்சியைப் பிடித்துள்ளது.

இந்துமதம் என்பதை ஓர் ஒற்றை அடையாளமாகக் குறுக்கி

மக்களைத் திரட்டுவது இந்துத்துவம். அதற்கும் இந்து மெய்ஞான மரபுக்கும், இந்து தத்துவமரபுக்கும், இந்துமதத்திற்கும் எந்தத் தொடர்பும் இல்லை. இந்துமரபு என்பது பன்மைத்தன்மை கொண்டது. ஒன்றுடன் ஒன்று முரண்பட்டு வளர்வது. ஆனால் இந்து எதிர்ப்பாளர்கள், இந்திய எதிர்ப்பாளர்கள் தொடர்ச்சியாக இந்துத்துவ அரசியலும் இந்துஞானமரபும் ஒன்றே என வாதிட்டு வருகிறார்கள். இந்துமரபை அவதூறு செய்து சிறுமை செய்து அழிக்கும் முயற்சி என்றே அதைக்கொள்ள வேண்டும்.

இதுதான் பின்புலம். ஓர் எழுத்தாளனாக நான் இந்துமெய்ஞான மரபில் ஆழ்ந்த நம்பிக்கை கொண்டவன். நாராயணகுருவின் வேதாந்த மெய்ஞான மரபில் வந்தவன். மெய்யியலிலும் உயர்தத்துவத்திலும் இந்துமரபையும் பௌத்தமரபையும் ஏற்றவன். என் எழுத்துக்களில் அவற்றை வெளிப்படுத்துகிறேன். இந்திய மரபை, இந்துமரபை ஒட்டி எழும் சிந்தனையும் இலக்கியமும் வளர்ந்து நீளுமென்றால் அது உலக நாகரீகத்திற்கே ஒரு பெருங்கொடை என நினைக்கிறேன். விவேகானந்தரும் தாகூரும் பாரதியும் கண்ட கனவுதான் அது.

நான் நவீன எழுத்தாளன். ஆகவே நம்பிக்கைகளை முன்வைப்பதில்லை. ஆராய்கிறேன். பரிசீலிக்கிறேன். வாதிடுகிறேன். மேலும் இம்மரபு அளிக்கும் படிமங்களைக் கொண்டு கனவு காண்கிறேன். அக்கனவினூடாக என் மரபின் ஆழ்மனதை சென்றடைகிறேன். என் காலகட்டத்தின் மொழியில் அவற்றை முன்வைக்கிறேன். பல்லாயிரம் வருடப் பாரம்பரியம் கொண்ட ஒரு பண்பாட்டின், இலக்கிய இயக்கத்தின் சமகால நீட்சி நான். கம்பனின் காளிதாசனின் பாரதியின் தொடர்ச்சி என என்னை எண்ணிக் கொள்கிறேன்.

ஓர் இந்துவாக நான் எந்த மதத்திற்கும் எதிரி அல்ல. எல்லா வற்றையும் இணைத்துக்கொள்ள முயல்பவன். தேசியவாதி என்ற முறையில் நான் ஏற்பது காந்தி முன்வைத்த மதச்சார்பற்ற இந்தியாவைத்தான். என் இந்திய தேசியத்தில் இந்துக்களுக்கு நிகரான இடத்திலேயே அனைவரும் இருக்கிறார்கள்.

இங்குள்ள இந்து வெறுப்பாளர்கள் மற்றும் இந்திய

எதிர்ப்பாளர்கள் அவர்களின் வெறுப்பரசியல் காரணமாக என்னை ஏற்றுக்கொள்ள முடியாது. நான் சொல்வதை அவர்களால் புரிந்துகொள்ளவும் முடியாது. அவதூறு, காழ்ப்பு, கசப்புகள் மூலம் மட்டுமே அவர்கள் என்னை எதிர்கொள்ளமுடியும். இந்துப்பாரம்பரியம், இந்து மெய்ஞான மரபு, இந்தியதேசியம் பற்றிய எச்சிந்தனையையும் இந்துத்துவ அரசியல் என முத்திரை யிட்ட பின்னரே அவர்களால் பேசமுடியும். அது அவர்களின் செயல்திட்டம். அதற்காக அவர்கள் நியமிக்கப்பட்டிருக்கிறார்கள். ஊதியமும் பெறுகிறார்கள்.

என் படைப்புலகை வாசிப்பவர்கள் எவருக்கும் நான் எழுதுவ தென்ன என்று தெரியும். அது மதவாதம் அல்ல. மதமே அல்ல. அது மதத்தை மையமாகக் கொண்ட ஒரு பெரிய பாரம்பரியத்தின் தொடர்ச்சியாக நின்று எழுதப்படும் நவீன இலக்கியம், நவீன சிந்தனை. அதைப் புரிந்துகொள்பவர்களே என் வாசகர்கள். நான் எழுதுவதைப் புரிந்துகொள்ளாதவர்கள் பற்றி எனக்குக் கவலை இல்லை. இன்றைய இந்து-இந்திய எதிர்ப்புப் பிரச்சாரகர்களின் புகைமூட்டம் கலையும். அன்று நான் இப்பாரம்பரியத்தை விமர்சனத்துடன் அணுகி முன்னெடுத்த எழுத்தாளனாகவே அறியப்படுவேன்.

***

பகுதி - II

வேதப்பண்பாடு நாட்டார் பண்பாடா?

வணக்கம் திரு. ஜெயமோகன்,

நான் நாட்டாரியலில் ஆர்வம் கொண்டவன். வானமாமலை தொட்டு பரமசிவன் வரையில் வாசிப்பு (மிகக்குறைவே) எனினும் தமிழ்நாட்டில் நாட்டாரியல் என்பது பன்முகத்துடன் உள்ளதாகவே உணர்கிறேன். குறிப்பாக, திருநெல்வேலியின் நாட்டார் வழக்குகள் மதுரைக்கு அந்தப்பக்கம் என்னவென்றே தெரிவதில்லை என்பது என் கருத்து. நாட்டாரியலையே சமூகத் திரட்டாக (Social Capital) நினைக்கிறேன்.

எனது கேள்வி என்னவென்றால் யாகங்களும் (புரோகித பண்பாடு) ஏதோ ஒரு வகையில், ஏதோ ஒரு இனக்குழுவின் நாட்டாரியலாகத்தானே இருக்க முடியும்? இல்லை, புரோகித பண்பாடு மற்றும் நாட்டாரியல் இரண்டிற்கும் வேறுபாடு உள்ளது எனில் அது இருவேறு வட்டார நாட்டாரியலுக்கும் பொருந்தும்தானே? இதை எப்படி புரிந்து கொள்வது?

- நாராயணன், திருநெல்வேலி

***

அன்புள்ள நாராயணன்

இதை நீண்டகாலம் முன்பு நான் திரிவிக்ரமன் தம்பி அவர்களை எடுத்த ஒரு மலையாளப் பேட்டியில் கேட்டிருந்தேன். அவர் அளித்த விளக்கம் சிறப்பாக இருந்தது.

நவீன அறிவுத்துறைகள் உருவாவதற்கு ஒரு தர்க்கமுறை உண்டு. ஓர் அறிவுத்துறையின் ஆய்வுமுறைமை சிலவற்றை

ஆராய போதுமானதாக இல்லாதபோது அதிலிருந்து இன்னொரு அறிவுத்துறை முளைக்கிறது. அவ்வாறுதான் புதிய அறிவுத் துறைகள் உருவாகிக்கொண்டே இருக்கின்றன. ஒவ்வொரு அறிவுத்துறையும் உண்மையில் இன்னொன்றின் கிளைதான். முந்தைய அறிவுத்துறை எதை பேசவில்லையோ அதையே இது பேசும்.

வரலாற்றாய்வு என்பது நவீன அறிவுத்துறைகளில் தொன்மையானது. ஆனால் அதனால் சமூகம் உருவாகி செயல் படும் விதத்தை, அதன் உட்கூறுகளை தன் ஆய்வு முறையைக் கொண்டு விளக்க முடியவில்லை. ஆகவே வரலாற்றாய்விலிருந்து சமூகவியல் பிரிந்து தனி அறிவுத்துறையாக ஆகியது.

சமூகவியல் சமகால சமூகங்களை ஆராய்கிறது. ஆனால் தொல்குடிகளின் வாழ்க்கையை ஆராய அதன் ஆய்வுக்கருவிகள் போதவில்லை. ஆகவே மானுடவியல் என்னும் துறை உருவானது. சமூகவியல் மையம் சார்ந்த செவ்வியல் நோக்கைக் கொண்டிருந்தது. அடித்தள மக்களின் பண்பாட்டை அதனால் ஆய்வுசெய்ய முடியவில்லை. அதன்பொருட்டு உருவானதே நாட்டாரியல். நாட்டாரியல்கூட புதிதாக உருவாகி வரும் விளிம்புநிலை கலாச்சாரக்கூறுகளை ஆராய போதுமானதாக இல்லை. ஆகவே விளிம்புநிலை ஆய்வுகள் என்னும் துறை உருவானது.

வரலாற்றிலிருந்து தொல்லியல் தனியாகப் பிரிந்தது. வரலாற்றுக்கு முந்தையகால ஆய்வு தனியாக பிரிந்தது. வரலாற்றிலிருந்து தொல்வரலாற்றாய்வு தனியாக பிரிந்தது. வரலாற்றிலிருந்து வரலாற்றுப் பொருளியல் தனியாகப் பிரிந்தது.

ஆக, இந்த ஒவ்வொரு ஆய்வுமுறையும் அதற்கேற்ற பார்வைக் கோணத்தை, ஆய்வுப்பொருளை, ஆய்வுமுறையை வகுத்துக்கொண்டிருக்கின்றன. வேதகாலப் பண்பாடு, தொல் தமிழ்ப்பண்பாடு ஆகியவை வரலாற்றாய்வின் எல்லைக்குள் வருபவை. வரலாற்றாய்வுக்குள்ளேயே தொல்வரலாற்றாய்வு முறைக்குள் அமைபவை.

ஏனென்றால் அவை மிகத்தொல்காலத்திலேயே மையப் பண்பாடாக ஆகிவிட்டவை. அவற்றை செவ்வியல் பண்பாடுகள் எனலாம். அவைதான் நம் சமூகத்தை தொகுத்து நிலைநிறுத்தி யிருக்கின்றன.

நாட்டாரியல் என்பது மையப்படுத்தப்பட்ட பண்பாட்டின் பகுதியாக அல்லாமல் மக்கள் வாழ்க்கையில் நீடிக்கும் பண்பாட்டுக் கூறுகளையே ஆராய்கிறது. அதன் பேசுபொருளை இப்படி வரையறை செய்துகொண்டிருக்கிறது. ஒரு பண்பாட்டின் மையப்போக்காக இல்லாதது நாட்டார் பண்பாடு. மையப்பண்பாடு எழுத்து மரபுக்குள் சென்றிருக்கும். மதம், அரசு ஆகியவற்றின் முகமாக இருக்கும். ஆதிக்கத்தன்மை கொண்டிருக்கும். அது அல்லாததே நாட்டார் பண்பாடு. அந்த வேறுபாட்டைக் கொண்டே நாட்டார் பண்பாட்டை அடையாளப்படுத்துகிறார்கள்.

நாட்டார் பண்பாடு இன்றும் வாழ்வதாக இருக்கவேண்டும் என்பது இன்னொரு வரையறை. வளஞ்சியர் என்னும் வணிகக் குழு பற்றி தமிழ் வரலாற்றில் வருகிறது. ஆனால் இன்று அவர்களைப் பற்றிய செய்திகளே இல்லை. ஆகவே அது நாட்டாராய்வுக்குள் வருவதில்லை. உமணர்கள் யார் என்ற கேள்வி நாட்டாரியலின் எல்லைக்குள் இல்லை, ஏனென்றால் இன்று உமணர்கள் இல்லை.

நாட்டாரியல் என்பது உண்மையில் வேறுபாடுகளையே ஆராய்கிறது. ஒரு பண்பாடு நாட்டார் பண்பாடு என எப்படி கண்டடைவது? அது மையப் பண்பாட்டிலிருந்து வேறுபட்டிருக்கும். பறை இசைக்கலைஞர் நாட்டாரியலின் ஆய்வுப்பொருள். தவுலிசைக் கலைஞர் நாட்டார்ப் பண்பாட்டின் ஆய்வு வட்டத்திற்குள் வரமாட்டார்.

அதன்பின் வட்டாரம், இனம் சார்ந்து பண்பாட்டில் காணப்படும் வேறுபாடுகளைத்தான் நாட்டாரியல் ஆராய்கிறது. நெல்லையின் நாட்டார் பண்பாட்டில் எது சிறப்பாக பதிவு செய்யப்பட வேண்டும்? மதுரையிலோ கோவையிலோ இல்லாத தனித்தன்மைதான். இந்த வேறுபாடுகளை தொகுத்து அதை ஆராய்வதே நாட்டாரியலின் அறிதல்முறை.

தமிழ்ப்பண்பாடு ஒன்றுதான். அதற்குள்தான் நாட்டாரியல் கருத்தில் கொள்ளும் பண்பாட்டு வேறுபாடுகள் உள்ளன. வரலாற்றுப் பார்வையில் தஞ்சையும் மதுரையும் ஒன்று, ஆனால் நாட்டாரியல் அவற்றுக்கு இடையே உள்ள பண்பாட்டு வேறுபாடுகளை கருத்தில்கொண்டு மக்களின் வாழ்க்கையை ஆராயும்.

***

வேதம் இந்துஞானத்தின் முதல்நூலா?

வணக்கம்.

'இந்துஞான மரபின் ஆறு தரிசனங்கள்' இந்து சிந்தனை மரபில் உள்ள அவைதிக, நாத்திக, உலகியல்வாத சிந்தனைகளை விரிவாக விளக்கும் நூல்'.

நாத்திக, உலகியல்வாத – சரி. ஆனால் அவைதிக? சாங்கிய யோக நியாய வைசேஷிக தரிசனங்கள் அவைதிகம் அல்ல. அவை சுருதியை ஏற்கின்றன. இந்து சிந்தனை மரபில் எதுவுமே அவைதிகம் என்று கூற முடியாது அல்லவா? நான்கு வேதங்கள், ஆறு தரிசனங்கள், ஆறு மதங்கள் சேர்ந்தது தான் இந்து மரபு என்று நீங்களே பலமுறை எழுதியிருக்கிறீர்கள். இதனுடன் ஆசிவக, ஜைன, பௌத்த தரிசனங்களையும் சேர்த்தால் அது இந்திய சிந்தனை மரபாக ஆகும் என்றும் மிகத் தெளிவாக வரையறுத்திருக்கிறீர்கள்.

அன்புடன்,

ஜடாயு

***

அன்புள்ள ஜடாயு

இந்த விஷயம் இந்திய தத்துவத்துறையில் விரிவாக விவாதிக்கப்பட்டுள்ளது. அதை என் நூலிலும் பேசியிருக்கிறேன். விஷ்ணுபுரத்திலும்.

இந்துஞான மரபுகள் அனைத்துக்கும் வேதம் முதல்நூல்

அல்ல. தத்துவார்த்தப்படி வேதங்களை சுருதிப்பிரமாணமாக ஏற்றுக்கொண்டால் மட்டுமே அது வைதிகம். ஆகவே சார்வாகம் அவைதிக மதமே. ஆறு தரிசனங்களில் சாங்கியம், யோகம் , நியாயம், வைசேஷிகம் ஆகிய நான்கும் அவைதிகங்களே. பூர்வ உத்தர மீமாம்சங்களே வைதிக தரிசனங்கள்.

இந்நான்கு தரிசனங்களுக்கும் இரு காலகட்டங்கள் உண்டு. அவை ஆரம்பத்தில் முழுக்க முழுக்க பௌதிகவாதங்களாக இருந்தன. அப்போது அவை சுருதிப்பிரமாணங்கள் என வேதங்களைச் சொல்லவில்லை. முன்னறிவு அல்லது மொழியில் உள்ள அறிவை மட்டுமே சுருதி எனச் சொல்லின. அவை வைதிக சட்டகத்துக்குள் கொண்டுவரப்பட்டது பின்புதான். எப்படியோ பிரம்மவாதம் உள்ளே சென்றது. அனேகமாக சங்கரருக்குப் பின்னர்.

இந்த தரிசனங்களில் பிரம்மம் என்ற கருதுகோளுக்கான இடைவெளி - தர்க்கப்போதாமை - ஏற்கனவே இருந்தது. சாங்கியம் புருஷன் என்ற கருதுகோளைப் பின்னர் வந்தடைந்தது. உடனே அது பரமபுருஷன் என்று மாறியது. அப்படி உருமாறும் தருணத்தையே விஷ்ணுபுரத்தில் காணலாம். இதை ஸேஸ்வர [ஸ+ ஈஸ்வர] சாங்கியம் என்பர். இதன் பின்னரே அதற்கு வேதம் சுருதிப்பிரமாணமாகியது.

அதேபோல வைசேஷிகத்தில் தன்மாத்ரை என்ற கருதுகோள் மட்டும் கருத்துமுதல்வாதத்தன்மை கொண்டது. அதைக்கொண்டு வைசேஷிகத்தின் பௌதிகவாதம் உடைக்கப்பட்டது. அதன் பின் அதற்கு வேதம் சுருதிப்பிரமாணமாக உள்ளே கொண்டு செல்லப்பட்டது.

இதெல்லாம் பௌத்த காலகட்டத்திற்குப் பின் நிகழ்ந்தவை. இதற்கு முன்னரே சாங்கியம், நியாயம், யோகம், வைசேடிகம் ஆகியவை பௌத்ததால் உள்ளெடுக்கப்பட்டு விட்டன. பௌத்தத்துக்குள் உள்ள இந்நான்கு தரிசனங்களும் அவைதிக தர்க்கம் கொண்டவை.

இன்றும் கிடைக்கும் தரிசன மூலநூல்களில் உள்ள மூலச் செய்யுட்களில் வேதமென்னும் சுருதிப்பிரமாணம் இல்லை.

பிரம்மமும் இல்லை. அவற்றின் பௌத்த வடிவங்களிலும் அப்படியே உள்ளது.

இந்து ஞான மரபு கண்டிப்பாக வைதிகம், அவைதிகம் என்ற இரு பெரும் பிரிவைத் தன்னுள் கொண்டதுதான். நாத்திகம், ஆத்திகம் இரண்டையும் உள்ளடக்கியதே. கருத்துமுதல்வாதம், பொருள்முதல்வாதம் இரண்டையும் உள்ளடக்கியதே. அப்படி இருப்பதே அதன் அழகு, தனித்தன்மை, சிறப்பு.

இந்தியாவெங்கும் அலையெனப் பரவிய பக்தி இயக்கம்தான் உண்மையில் வேதத்தை இந்துஞான மரபு முழுக்கவும் பரப்பி ஒற்றை அடித்தளத்தை உருவாக்க முயன்றது. பக்தியை அடிப்படையாகக் கொண்ட பெருமதங்களில் வேதம் முதனூலாகவே உள்ளது.

நாம் பக்தி இயக்கத்தின் பார்வையிலேயே இந்துஞானமரபை ஆயிரம் வருடங்களாகப் பார்க்கப் பழகியிருக்கிறோம். ஆகவே இந்து ஞானமரபின் சாரம் பக்தியே என்ற பிரமைக்கு ஆளாகியிருக்கிறோம். இந்து சிந்தனைக்கு வேதமே ஆதாரம் என்றும் நினைக்கப் பழகியிருக்கிறோம்.

இந்த மரபிலேயே டாக்டர் ராதாகிருஷ்ணன் போன்றோர் இந்துஞானமரபின் மையம் ஆன்மீகமே என எழுதினார்கள். ஆனால் பின்னர் வந்த இந்திய சிந்தனை வல்லுநர்கள் அதை நிராகரித்திருக்கிறார்கள். ஷெர்பாட்ஸ்கி, எஸ்.என்.தாஸ்குப்தா, கெ.தாமோதரன், தேவிபிரசாத் சட்டோபாத்யாய போன்றவர்கள் வெவ்வேறு கோணங்களில் இதை ஆராய்ந்திருக்கிறார்கள்.

பக்தி இயக்கத்திற்கு எதிராக இருந்த தாந்த்ரீக மதங்களுக்கு வேதங்கள் கடைசிவரை ஏற்புடையனவாக இருக்கவில்லை. அவற்றில் பல சாக்த, சைவ உபமதங்கள். இன்றும் அவை பல்வேறு வகையில் நீடிக்கின்றன. அவையும் இந்து சிந்தனைக்குள் வருபவையே.

இந்த விவாதம் விரிவாக நிகழ்ந்து கொண்டிருக்கும்போதே வைதிகமே இந்துஞானமரபு என கூறும் ஒரு போக்கும் இருந்துகொண்டிருக்கிறது. அதன் ஆதார நோக்கம் கடைசியில்

பிராமணியமே இந்துஞானம் என்று வரையறைசெய்வது.

இந்து சிந்தனை என்பது பல்வேறு தேடல்களுக்கு ஒரேசமயம் இடமளிக்கும் ஒரு பெரும் ஞானப்பிரவாகமாகவே இருந்தது, இருந்தாகவேண்டும். ஒன்றை ஒன்று மறுக்கும் சிந்தனைகளுக்கு அதில் இடமிருந்தது. வைதிகமும், அவைதிகமும் இணையான முக்கியத்துவத்துடன் இருக்கையிலேயே அதன் செயலூக்கம் உண்மையானதாக இருக்கும். இல்லையேல் அது அதிகாரக் கட்டமைப்புகளை மட்டுமே உருவாக்கும் என்பது என் எண்ணம்.

***

அன்புள்ள ஜெ,

நான் வைதீக என்பதை, 'வேதத்தை முதனூலாக அதிகார பூர்வமாக ஏற்றுக் கொண்ட' என்ற அர்த்தத்தில் சொல்ல வில்லை. வேதத்தின் சிந்தனை இழைகளைப் பின்பற்றி வளர்ந்த என்ற பொருளில் கூறினேன். சாங்கியம் உள்ளிட்ட நாஸ்திக தரிசனங்கள் சுருதியின் தத்துவப் பகுதியை (ஆரண்யகங்கள், உபநிஷத்) பௌத்தமும் ஜைனமும் போல வலிந்து எதிர்க்கவும் இல்லை, பூர்வ/உத்தர மீமாம்சம் போல முக்கியப் பிரமாணமாகக் கொள்ளவும் இல்லை என்பது சரியாக இருக்கும் என்று தோன்றுகிறது.

நீங்கள் குறிப்பிட்டிருக்கும் இந்திய தத்துவவியலாளர்களின் வரிசைக்குப் பிறகு அவற்றுடன் மோதி, முரண்படும் அளவு புலமை கொண்ட தத்துவ சிந்தனையாளர்கள் இன்று வரை உருவாகவும் இல்லை என்பதும் வருத்தத்திற்குரிய ஒரு உண்மை..

//வைதிகமே இந்துஞானமரபு என கூறும் ஒரு போக்கும் இருந்துகொண்டிருக்கிறது. அதன் ஆதார நோக்கம் கடைசியில் பிராமணியமே இந்துஞானம் என்று வரையறை செய்வது//

நான் கூற வரும் தரப்பு அதுவல்ல. வேத இலக்கியங்களில் பிரம்மவாதம் மட்டுமல்ல, சாங்கியம் உள்ளிட்ட தரிசனங்களுக்கான வேர்களும் உள்ளன. அவற்றை மறுக்கவோ, மறைக்கவோ திரிக்கவோ கூடாது என்பது தான்.

ஆனால், இன்றைய நவீன இந்து "சிந்தனையாளர்கள்" படைப்பு வாதத்திற்கு எதிரான கருத்துக்களே கூட இந்து சிந்தனையில், குறிப்பாக வேதங்களிலேயே உள்ளன என்பதை ஏற்றுக் கொள்ள மறுக்கிறார்கள். கடவுள் கொள்கை என்பதை I believe in God, God created the world என்பது போன்ற தட்டையான கோஷங்களாக மாற்றிக் கொண்டிருக்கிறார்கள். பரிணாம அறிவியலுக்கு எதிரான நிலைப்பாடு எடுக்கிறார்கள். இவர்களை மனதில் கொண்டே நான் கூறியது.

- ஜடாயு

***

அன்புள்ள ஜடாயு,

வைதிக-அவைதிக என்ற சொற்கள் ஏற்கனவே வரையறை செய்யப்பட்டவை. 'உண்மையை அறியும் வழிகளில் பிரத்யட்சம் அனுமானம் இரண்டுக்கும் நிகராகவும் பிரச்சினை எழும்போது முதன்மையாகவும் வேதங்களை [சுருதி] பிரமாணங்களாக ஏற்றுக்கொள்ளும் மதங்களும் தரிசனங்களுமே' வைதிகங்கள்.

பிரச்சினை நீங்கள் சொல்வதே. இந்த அவைதிக மதங்களுக்கும் ரிக்வேதத்தில் அடிப்படை உள்ளது. சார்வாகர்களின் முதல்குரு பிரகஸ்பதி. அவர் ஒரு ரிக்வேத ரிஷி. சார்வாகர்கள் ஆன்மீக ஞானத்தைத் துவைத்துக் கந்தலாக்குபவர்கள்.

அதாவது இங்கே [வைதிக விவாதத்தில்] வேதம் என்னும் போது வைதிகர்களால் எடுத்தாளப்பட்டதும், நெடுங்காலம் பிராமணியத்தின் மூலநூலாக முன்னிறுத்தப்பட்டதுமான வேதப் பகுதிகள் என்றே அர்த்தம் வருகிறது.

வேதங்கள் ஒற்றைப்படையான ஒரு நூல் அல்ல. அவை ஆதி ஞானத்தேடலின் பதிவுகள். ஆகவே அவை பன்மைத்தன்மை கொண்டவை. வைதிகத்துக்கு எதிரான உபநிடதங்களுக்கும் மரபுகளுக்கும்கூட வேதமே பிறப்பிடம் என்று சொல்லலாம்.

***

நாட்டார் தெய்வங்களும் சம்ஸ்கிருதமும்

அன்புள்ள ஜெ,

வணக்கம். நீங்கள் இந்து மதம் பற்றிக் கூறும்போது கோவிலில் பிராமணர்கள் ஓதும் சம்ஸ்கிருத ஸ்லோகங்கள் பற்றி எதுவும் கூறவில்லை. இது எப்படி வந்தது. எல்லா தெய்வங்களும் நாட்டார் தெய்வங்களாகத்தான் ஆரம்பித்தது என்றால் இந்த ஸ்லோகங்கள் எப்படிப் பிறந்தது? இது ஏதோ அறிவு பூர்வமான விஷயம் போலத் தோன்றுகிறது. ஏன் இவை அனைத்தும் சமஸ்கிருதத்தில் இருக்கிறது? தமிழில் எதுவும் இல்லை.

இந்த சைவம் அசைவம் என்ற பிரிவு ஜாதியை சார்ந்து வந்ததா இல்லை மதத்தை வைத்து வந்ததா? அனைத்து நாட்டார் தெய்வங்களுக்கும் புலால் படைக்கிறார்கள் என்றால் எல்லோரும் ஒரு காலத்தில் அசைவமாகத்தானே இருந்திருக்க வேண்டும்? பிறகு எப்போது இவர்கள் சைவமாக மாறினார்கள்?

- அருள்

***

அன்புள்ள அருள்,

பெரும்பாலும் எதையும் தெரிந்துகொள்ளாமல் தெரிந்து கொள்ளும் ஆர்வமும் இல்லாமல் எளிய மனப்பதிவுகள், செவிவழி அறிதல்களை நம்பியே நம்மில் பலர் பேசுகிறார்கள். ஒவ்வொருமுறையும் அடிப்படைத் தகவல்களைச் சொன்ன பின்னரே பேசவேண்டியிருக்கிறது.

தமிழில் எப்போது நமக்கு எழுதப்பட்ட நூல்கள்

கிடைக்கின்றனவோ அப்போதே சம்ஸ்கிருதத்தின் செல்வாக்கையும் அறிகிறோம். இந்தியாவில் தமிழல்லாத எல்லா மொழிகளும் சம்ஸ்கிருதத்தின் செல்வாக்கால் இன்றைய வடிவம் பெற்றவைதான். சம்ஸ்கிருதமில்லாமல் செயல்பட முடியாதவையும்கூட. அந்த செல்வாக்கால் அவை அடிமைப்படவோ அழியவோ இல்லை, மாறாக வளமும் வளர்ச்சியுமே பெற்றுள்ளன. பிரம்மாண்டமான ஒரு செவ்வியல் மரபையும் மாபெரும் சொற்களஞ்சியத்தையும் அவை சம்ஸ்கிருதம் வழியாகப் பெற்றன.

இந்த செல்வாக்கு என்பது ஓர் உரையாடலின் விளைவே. சம்ஸ்கிருதத்தில் இருந்து இந்தியமொழிகள் பெற்றுக்கொண்டவை அனைத்துமே பிற வட்டாரமொழிகளில் இருந்து சம்ஸ்கிருதம் பெற்றுக்கொண்டவைதான். சம்ஸ்கிருதத்துக்கு சொற்களை, இலக்கியத்தைக் கொடுக்காத எந்த மொழியும் நம்மிடம் இல்லை. சம்ஸ்கிருதம் வழியாக இந்திய வட்டாரமொழிகள் ஒன்றுடனொன்று உரையாடி வளர்ந்தன என்பதே உண்மை.

இதை இங்கே வந்த ஆங்கிலேய சிந்தனையாளர்கள் ஒரு ஆதிக்கம் என்று கதை விட்டு அதை நம்பும் [அல்லது நம்பி வாழும்] அறிவுஜீவிப் பட்டாளம் ஒன்றையும் உருவாக்கி விட்டுவிட்டுச் சென்றிருக்கிறார்கள். இந்தியாவின் முக்கியமான அசல் சிந்தனையாளர்களில் பெரும்பாலானவர்கள் அந்த எளிமைப்படுத்தலை நிராகரிக்கிறார்கள்.

பலமொழிகள் புழங்கும் எந்த ஒரு சமூகச் சூழலிலும் பல்வேறு வரலாற்றுக் காரணங்களால் ஏதாவது ஒருமொழி இணைப்பு மொழியாக மெல்லமெல்ல உருவாகிறது. பெரும்பாலும் பிறமொழிகளில் இருந்து சொற்களை எடுத்துக்கொண்டு வளர்வதற்குரிய விரிவான இலக்கண அமைப்பை உருவாக்கிக் கொண்ட மொழிகளே அவ்வாறு ஆகின்றன. அல்லது அதிகமாக இடப்பெயர்ச்சி செய்யும் மக்களின் மொழிகள்.

உதாரணமாக வடகிழக்கு மாநிலங்களில் நூற்றுக்கணக்கான பழங்குடி மொழிகள் உள்ளன. ஆனால் சென்ற

இருபத்தைந்தாண்டுகளில் நேபாள மொழி பொதுவான இணைப்பு மொழியாக ஆகியிருப்பதை அங்கே சென்றபோது காணமுடிந்தது. நேபாள மொழியில் பழங்குடிமொழியின் சொற்கள் கலந்து அது பெரிய அளவில் வளர்ச்சி அடைந்தது. முக்கியமான காரணம் நேபாள வணிகர்களே வடகிழக்கு மாநிலத்தின் மலைக்கிராமங்கள் தோறும் செல்லும் வணிகர்கள் என்பதுதான்.

இவ்வாறு உருவாகும் இணைப்புமொழி ஆரம்பத்தில் அவை ஒரு இனம் அல்லது நிலத்தின் மொழியாக இருக்கும். ஆனால் வளர்ச்சிப் போக்கில் அவை அந்த அடையாளங்களையும் எல்லைகளையும் மீறி விரிந்துவிடும். எந்தக் குழுவுக்கும் இடத்துக்கும் உரிமை கொண்டாட முடியாததாக ஆகிவிடும். அதன் மொழிக்களஞ்சியமே பலநூறு மொழிகளில் இருந்து பெறப்பட்டதாக இருக்கும். ஆங்கிலம் உலகமொழியாக ஆனது அவ்வாறுதான்.

சம்ஸ்கிருதமும் அப்படிப்பட்ட மொழி. அதன் நெகிழ்வான இலக்கண அமைப்பு ஏராளமான பிற சொற்களை மட்டுமல்ல பிறமொழி வழக்குகளைக்கூட எடுத்துக்கொள்ளக் கூடியது. இரண்டாயிரம் வருடங்களாக சம்ஸ்கிருதம் எந்த இனத்துக்கும் நிலத்துக்கும் உரிய மொழி அல்ல. புராதன வேத மொழியில் இருந்து வளர்ந்து விரிந்து எல்லா இந்திய மொழிகளையும் இணைப்பதாக ஆகியது. பிறமொழிகளுடன் உரையாடி அது வளர்ந்தது. அது பிறமொழிகளைப் பாதித்து புதிய மொழிகளை உருவாக்கியது.

இன்றைய சம்ஸ்கிருதம் வழிபாட்டுக்கும் அறிவுச் செயல்பாட்டுக்கும் மட்டும் உரிய மொழியாகக் கட்டமைக்கப் பட்டது. செம்மையாக செய்யப்பட்டது என்பதே சம்ஸ்கிருதம் என்ற சொல்லின் பொருள்.

இந்துமதமும் சம்ஸ்கிருதமும் இணையாகவே வளர்ந்தவை. இந்துமதம் என்பது ஒரு மாபெரும் தொகுப்புமதம். அதன் தொகுப்பு மொழியாக சம்ஸ்கிருதம் உருவெடுத்தது. நாமறியும் வரலாற்றுக் காலகட்டத்துக்கு முன்னரே இது நிகழ்ந்துவிட்டது.

இந்து ஞானமரபின் எல்லாப் பிரிவுக்கும் சம்ஸ்கிருதமே மூலநூல் மொழி. ஆத்திகக் கொள்கைகளுக்கும் சரி நாத்திகக் கொள்கைகளுக்கும் சரி.

இவ்வாறு சம்ஸ்கிருதம் இணைப்புமொழியாக இருப்பதனால் தான் அது இந்து வழிபாடுகளுக்குரிய தனி மொழியாக ஆகியது. எல்லா மதங்களும் அவ்வாறு பொது வழிபாட்டு மொழி கொண்டவையே. உலகமெங்கும் அரபி மொழிதான் இஸ்லாமின் வழிபாட்டு மொழி. லத்தீன்தான் கத்தோலிக்கர்களின் வழிபாட்டு மொழி.

ஏனென்றால் மதம் நாடு, மொழி சார்ந்த எல்லைக்குள் நிற்பதல்ல. ஆந்திரத்து பக்தர் கன்யாகுமரியில் வழிபடவேண்டும். கன்யாகுமரி பக்தர் பத்ரிநாத்தில் வழிபடவேண்டும். ஆகவேதான் ஒரு பொது வழிபாட்டு மொழிக்கான தேவை ஏற்பட்டது. சம்ஸ்கிருதம் அந்த இடத்தை அடைந்து பல நூற்றாண்டுகளாகின்றது. அதை ஓர் ஆதிக்கம் என்றல்ல ஒரு மகத்தான தொகுப்புமுறை என்றே நான் நினைக்கிறேன்.

அந்தத் தொகுப்பு வன்முறைமூலம் நிலைநாட்டப்பட்டதல்ல. பற்பல நூற்றாண்டுக்காலம் பல தளங்களில் நிகழ்ந்த நீடித்த அறிவார்ந்த விவாதம் மூலம் உருவானது. அது ஒருவழிப்பாதை அல்ல. கொண்டும் கொடுத்தும் உருவான உரையாடல். அந்த உரையாடல் மூலம்தான் இந்து மதத்தின் இன்றைய பன்மைத்தன்மை உருவானது. எதையும் உள்ளடக்கும் நெகிழ்வுத்தன்மை உருவானது.

அந்த உரையாடலும் தொகுப்பும் நிகழ்ந்தமையால்தான் இத்தனை ஆயிரம் இனக்குழுக்களும் இவ்வளவு மொழிகளும் கொண்ட இந்த மாபெரும் நிலப்பரப்பு உலகின் பல நாடுகளில் இன்றும் நிகழ்ந்துவரும் மாபெரும் இனமோதல்கள் நிகழாது ஒரு பண்பாட்டுத் தேசியமாக இருந்தது, அரசியல் தேசியமாக நீடிக்கிறது.

இவ்வாறாக இந்து மதத்தின் மையப்போக்கில் சம்ஸ்கிருதம் வழிபாட்டு மொழியாக உள்ளது. ஒரு தெய்வம் இந்து மையப் போக்குக்குள் நுழையும்போதே சம்ஸ்கிருதத்தில் அதற்கான

மந்திரங்களும் தோத்திரங்களும் உருவாகிவந்துவிடுகின்றன. வழிபாட்டுக்கு அது தேவையாகிறது.

சென்ற நூறாண்டுக் காலத்துக்குள்தான் ஐயப்பனுக்கு சம்ஸ்கிருத தோத்திரங்கள் உருவாயின. அதன்பின்னர்தான் கேரள நாட்டார் தெய்வமான ஐயப்பன் இந்தியாவெங்கும், உலகமெங்கும் இந்துக்கள் வழிபடும் தெய்வமாக ஆகியது. சபரிமலையில் மலையாளம் மட்டுமே ஒலித்திருந்தால் இத்தனை தமிழர்களும் ஆந்திரர்களும், பிகாரிகளும் அங்கே ஒன்றாக நின்று வழிபட்டிருக்க முடியாது.

பெரும்பாலான கேரள பகவதி கோயில்களில் இந்த சம்ஸ்கிருதமயமாக்கல் அரைநூற்றாண்டில் நிகழ்ந்தது. தமிழக மாரியம்மன்களுக்கு சம்ஸ்கிருத வழிபாடு கண்ணெதிரே உருவாகிக் கொண்டிருக்கிறது. சென்ற இருபதாண்டுக் காலத்துக்குள் சுடலைமாட சாமிக்கு சம்ஸ்கிருத சுலோகங்கள் உருவாகி வந்திருக்கின்றன. இந்து மதம் தன்னைத் தொகுத்துக்கொண்டு விரிவடையும் வழிமுறை இதுதான்.

அதாவது ஒரு நாட்டார் தெய்வம் ஒரு குலக்குழுவுக்குள் ஓர் மொழிச்சூழலுக்குள் ஒரு வட்டாரத்துக்குள் மட்டும் வழிபடப்படும்போது அதற்கு வட்டார மொழி போதுமானதாக உள்ளது. அது உலகம் முழுக்க உள்ள அனைத்து இந்துக்களும் வழிபடும் தெய்வமாக ஆகும்போது அது சம்ஸ்கிருதம் என்ற பொதுமொழியை வழிபாட்டு மொழியாகக் கொள்ள வேண்டியிருக்கிறது.

இது தவறா சரியா என்ற விவாதம் பெரும்பாலும் பொருளற்றது. இது சிக்கலான பலநூறு காரணிகள் வழியாக வரலாறு செயல்படும் முறை. நதி தன் வழியைக் கண்டுகொள்வது போன்றது. சம்ஸ்கிருதத்தை அந்த இடத்திலிருந்து அகற்றவேண்டுமென்றால் நாம் வரலாற்றையே மறுபக்கம் நோக்கி சுழற்றவேண்டும்.

மேலும் அத்தகைய முயற்சிகள் எல்லாமே ஏதோ வழியில் இந்துமதம் என்ற உலகளாவிய போக்கை உடைத்து அழிக்கும் நோக்கமுள்ளவையாக உள்ளன என்பது வெளிப்படையாகவே

தெரிகிறது. அந்தப் பொதுப்போக்கிலிருந்து ஒரு வட்டார, இனம்சார்ந்த தனிப்போக்கை வெட்டிக்கொள்வதற்காகவே அவை சொல்லப்படுகின்றன. அதற்குப்பின்னால் உள்ள நோக்கம் என்பது ஆன்மீகமோ வழிபாடோ அல்ல, அரசியல் மட்டுமே.

மையத்தில் சம்ஸ்கிருத வழிபாட்டுமுறை இருப்பது பிறமொழிகளில் வழிபடுவதற்கான தடை அல்ல. எல்லா இந்திய வட்டார மொழிகளும் இந்து வழிபாட்டு மொழிகளாகவே உள்ளன. எல்லா மொழிகளிலும் பல்லாயிரம் தோத்திரங்களும் பாடல்களும் உள்ளன. அவை ஆலயங்களில் பாடப்படுகின்றன. சம்ஸ்கிருதத்தில் உள்ள எல்லா மதக்கருத்துகளுக்கும் தமிழிலும் கன்னடத்திலும் துளுவிலும் எல்லாம் மொழியாக்க வடிவம் இருக்கும். தமிழில் இல்லாத எதுவும் சம்ஸ்கிருதத்தில் இல்லை.

நாலாயிரதிவ்யப்பிரபந்தமும், தேவாரதிருவாசகமும் எல்லாம் சம்ஸ்கிருதத்துக்கு இணையான வழிபாட்டு நூல்களாகவே சைவ வைணவ மதங்களால் தமிழகத்தில் பலநூற்றாண்டுகளாகக் கருதப்படுகின்றன, பாடப்படுகின்றன. 'கோயிலுக்குள் தமிழ் இல்லை' என்பதைப்போல அபத்தமான அப்பட்டமான பொய் வேறு இல்லை. கோயிலுக்குள் செல்லாதவர்களால் உருவாக்கப்பட்ட இந்தப் பொய்யைக் கோயிலுக்குச் செல்பவர்கள் எப்போதுமே பொருட்படுத்தியதில்லை. ஏனென்றால் எல்லா ஆலயங்களிலும் தமிழ்த் தோத்திரங்களும் பாடல்களும் பாடப்படுகின்றன. தமிழே அறியாத ஆந்திரக் கோயில்களில் திருப்பாவை பாடப்படுகிறது.

அதாவது வழிபாட்டுமுறையின் மையம் இந்திய அளவில், உலக அளவில் ஒன்றாக இருக்கவேண்டும் என்ற நடைமுறைத் தேவைக்காக மட்டுமே கருவறையின் பூஜை மந்திரங்களாக சம்ஸ்கிருதம் இருக்கலாம் என முறைப்படுத்தப்பட்டுள்ளது. பாலி தீவிலும் கலிஃபோர்னியாவிலும் ஒரு இந்து சக இந்துக்களுடன் இணைந்து வழிபட வழிசெய்வது அந்தப் பொது அம்சமே. காசியில் போஜ்புரியில் சிவபெருமானைத் துதிப்பதில்லை, சம்ஸ்கிருதத்தில்தான். ஆனால் அங்கே நாம் 'பொன்னார்மேனியனே' என்று பாட எந்தத் தடையும் இல்லை.

அரசியல்வாதிகளால் நமக்குச் சொல்லப்பட்டிருப்பது போல சம்ஸ்கிருதம் வடவர்களின் மொழியோ, பிராமணர்களின் மொழியோ, வைதிகத்தின் மொழியோ, இந்துமதத்தின் மொழியோ அல்ல. சம்ஸ்கிருதத்தின் இலக்கணத்தையும் இலக்கியத்தையும் உருவாக்கிய மேதைகளில் கணிசமானவர்கள் தென்னாட்டினர். அதன் பெரும்கவிஞர்களும், ஞானிகளும் பெரும்பாலும் பிராமணரல்லாதவர்கள். அது வைதிகத்துக்கு மட்டுமல்ல சமணத்துக்கும் பிற்கால பௌத்ததுக்கும் மொழிதான். அதுதான் இந்திய நாத்திகத்திற்கும் மூலமொழி.

தமிழ் சம்ஸ்கிருதம் மூலம் ஒட்டுமொத்த இந்தியமரபுடன் உரையாடி வளர்ந்துதான் இன்றைய வடிவை அடைந்தது. சம்ஸ்கிருதம் இல்லையேல் நமக்கு சிலப்பதிகாரமோ, மணிமேகலையோ, சீவகசிந்தாமணியோ, கம்பராமாயணமோ இல்லை. இன்று ஆங்கிலத்தையும் நான் இப்படித்தான் சொல்வேன். உலக மொழிகளில் இருந்து நமக்கு வருவதெல்லாம் ஆங்கிலம் வழியாகவே. ஆங்கிலம் இல்லையேல் பாரதியும், புதுமைப்பித்தனும் இல்லை.

இந்து தெய்வங்களைப்பற்றி, தத்துவங்களைப்பற்றி இன்று அதிகமாக எழுதப்படுவது ஆங்கிலத்திலேயே. காரணம் அதுவே இன்றைய இணைப்பு மொழி. நாராயணகுரு சம்ஸ்கிருதத்தில் அதிகமாக எழுதினார். அவரது மாணவர்களான நடராஜகுருவும் நித்ய சைதன்ய யதியும் ஆங்கிலத்தையே ஊடகமாகக் கொண்டார்கள். இந்து வழிபாட்டுக்குரிய மொழியாக சம்ஸ்கிருதமும் இந்து தத்துவ சிந்தனைக்குரிய மொழியாக ஆங்கிலமும் இன்று திகழ்கிறது. இதுவும் இயல்பானதே என்றுதான் நினைக்கிறேன்.

***

நாட்டார்த் தெய்வங்கள் விலக்கமும் ஏற்பும்

அன்புள்ள ஜெ

நாட்டார் தெய்வங்கள் பற்றி அத்வைதம் கொண்டிருக்கும் கருத்தை விளக்கி நீங்கள் எழுதியதைப் பார்த்தேன். என்னுடைய கேள்விக்கும் அதில் பதில் இருந்தது. ஆனால் நான் அந்தக் கேள்வியைக் கேட்பதற்கான காரணம் நாராயணகுரு நாட்டார் தெய்வங்களை நீக்கம் செய்தார், அத்தெய்வங்களின் சிலைகளை தூக்கி வீசிவிட்டு அங்கே வேறு பெருந்தெய்வங்களை அமைத்தார் என்ற செய்திதான். அவர் அத்வைதியானதனால்தான் அதைச்செய்தார் என்று சொல்லப்படுகிறது. அதைப்பற்றித்தான் விளக்கம் கோரினேன்.

- சுந்தர்

**

அன்புள்ள சுந்தர்,

பழங்குடித் தெய்வங்கள் மற்றும் நாட்டார் தெய்வங்களையும் பற்றிய பார்வையில் வந்த மாற்றங்களை ஆன்மீகரீதியாக பொருள் கொள்வதை விட சமூகரீதியாக பொருள் கொள்வதே உகந்ததாக இருக்கும்.

நெடுங்காலமாக இந்தியாவில் இந்து, சமண, பௌத்த மதங்கள் மூன்று அடுக்குகளாகவே இருந்து வந்துள்ளன. உச்சியில் தத்துவார்த்தமான ஒரு மதம். அதற்கடியில் பெருந்தெய்வங்களால் ஆன ஒரு வழிபாட்டு மதம். அதற்கடியில்

நாட்டார் பழங்குடி வழிபாடுகளின் தொகை ஒன்று. இந்த அமைப்பு இன்று இந்து மதத்தில் அவ்வாறே நீடிக்கிறது.

நாட்டார் தெய்வங்களும் பழங்குடித் தெய்வங்களும் பல்வேறு உள்ளூர் வழிபாடுகள், குலக்குறிகள், ஆசாரங்கள் ஆகியவற்றுடன் இணைந்தவை. ஒரு குலமோ, இனக்குழுவோ பௌத்த, சமண, இந்து மதங்களுக்குள் வரும்போது அவர்களின் தெய்வங்களும் உள்ளே வந்து உள்ளே அந்த மதங்களின் மையத்தரிசனத்திற்கு இயைப சற்று உருமாறி அமைகின்றன.

காலப்போக்கில் அந்த தெய்வங்களுக்கு ஒரு தத்துவார்த்தமான விளக்கம் சிலபோது அளிக்கப்படுகிறது. புராண உருவாக்கத்தினூடாக அச்சிறுதெய்வங்கள் பெருந் தெய்வங்களின் உலகில் அமையச் செய்யப்படுகின்றன. அவற்றுக்குரிய வழிபாட்டு முறைகள் அந்த மதத்தின் மைய நம்பிக்கைக்கேற்ப உருமாற்றம் செய்யப்பட்டு ஏற்பு கொள்ளப்படுகின்றன. உதாரணமாக பௌத்த, சமண மதத்தில் நுழைந்த தெய்வங்களுக்கு உயிர்ப்பலி இல்லாமலாகியது.

இந்துமதத்தில் தொடர்ந்து மூவாயிரம் ஆண்டுகளாக பழங்குடி, நாட்டார் தெய்வங்கள் உள்ளே நுழைந்து இவ்வாறு ஓர் ஒட்டுமொத்த அமைப்பில் பொருந்திக்கொண்டே இருந்திருக்கின்றன. இந்துமதம் ஒரு பிரம்மாண்டமான உரையாடல் மற்றும் தொகுப்புச் செயல்பாடினூடாக இடைவிடாது நிகழ்ந்துகொண்டே இருக்கும் ஒரு மெய்ஞான செயல்பாடு. ஒரு பண்பாட்டுப் பரிணாமம். இவ்வாறு இந்துமதத்திற்குள் நுழைந்த நாட்டார் தெய்வங்கள் காலப்போக்கில் தாங்களும் பெருந்தெய்வங்களாவது உண்டு.

ஒவ்வொரு வட்டாரத்திலும் அந்த ஊருக்கான நாட்டார்த் தெய்வ வழிபாடு இந்துமதத்திற்குள் இருப்பதைப் பார்க்கலாம். வடஇந்தியாவில் ஏகவீரன் போன்ற தெய்வங்கள். தமிழ்நாட்டில் முனியசாமி, சுடலைமாடன் போன்ற தெய்வங்கள், கன்னி தெய்வங்கள், மூத்தார், நீத்தார் உருமாறிய தெய்வங்கள். இந்துமதத்தின் தத்துவக் கட்டமைப்பும் பெருந்தெய்வ

வழிபாட்டுக் கட்டமைப்பும் இச்சிறு தெய்வங்களுக்கும் உள்ளே இடமளிப்பதாகதான் எப்போதும் இருந்துள்ளன.

ஏனென்றால் இந்துமதத்தின் அடிப்படை தத்துவ தரிசனமாகிய வேதாந்தம் எந்நிலையிலும் சிறுதெய்வங்களுக்கு இடமளிக்கிறது. வேதாந்தத்தின் சிறப்பே அனைத்தையும் தன்னுள் கோக்கும் அந்த மையத்தரிசனம்தான். ஒரு பொறப்பட்டு நூல் போல பல்லாயிரம் மணிகளைக் கோத்து இந்துமதத்தை உருவாக்கியிருப்பது அதுதான்.

இந்துமதத்தின் மையச் சடங்கு முறைமைகளான வேள்வி மரபும் சரி, ஆலய வழிபாட்டு மரபும் சரி, நாட்டார் பழங்குடி தெய்வங்களை உள்ளே அமைத்துக்கொள்ளும் தன்மையுடன்தான் இருந்திருக்கின்றன. இன்றும் அவ்வாறே. நம் கண்ணெதிரிலேயே அந்த இணைவுச்செயல்பாடு நடந்துகொண்டிருக்கிறது.

[இந்துமத எதிர்ப்பாளர்கள் அஞ்சுவது அந்த இணைவுச் செயல்பாட்டைத்தான். அவர்கள் அதை அழித்தொழிக்கும் செயல்பாடு என திரித்து வசைபாடுகிறார்கள். ஆனால் அழித்தொழிக்கும் கொள்கை கொண்ட மதங்களை ஆதரிக்கிறார்கள். அழித்தொழிக்கும் கொள்கை கொண்ட மதங்கள் இந்துமதம் நாட்டார் - பழங்குடிப் பண்பாடுகளை அழிக்கிறது என கூக்குரலிடுகின்றன.]

ஆனால் இந்துமத மறுமலர்ச்சிக் காலம் என்று நாம் சொல்லும் பத்தொன்பதாம் நூற்றாண்டின் தொடக்கத்தில் இந்த நாட்டார் தெய்வங்களைப் பற்றிய ஒரு மாற்றுப் பார்வை உருவாகி வந்தது. நாட்டார்- பழங்குடி தெய்வங்களும் சடங்குகளும் இந்துமதத்தின் மையமாக இருக்கும் தத்துவ தரிசனத்துடன் முரண்படுபவை அல்லது தொடர்பற்றவை இவை என்ற புரிதல் உருவாகியது. இவை பின்பட்ட மதநம்பிக்கைகள் என்றும் பண்படாதவை என்று மத அறிஞர்கள் எண்ணத்தலைப்பட்டனர். இவர்கள் பெரும்பாலும் மதச்சீர்திருத்த நோக்கம் கொண்டவர்கள்.

இந்துமதச் சீர்திருத்தம் என்பது அடிப்படையில் இந்துமதம் ஐரோப்பாவுடன் உரையாடியதன் விளைவு என்பதை நாம் நினைவில் கொள்ளவேண்டும். இந்துமதத்தின் பழமையான

கட்டமைப்புகள் அவ்வுரையாடலுக்குள் இல்லை. இந்து மதம் கிறிஸ்தவப் போதகர்கள் வழியாகவும் சுதந்திர சிந்தனையாளர்கள் வழியாகவும் ஐரோப்பாவின் அறிவு மரபுடன் ஒரு உரையாடலை மேற்கொண்டது. அதுவே இந்துமதச் சீர்திருத்தத்தின் அடிப்படை.

கிறிஸ்தவப் பார்வையை இங்குள்ள மிகச் சிறுபான்மையினரான சிலர் கருத்தில் கொண்டனர். ஆனால் ஐரோப்பாவில் அறிவொளி காலத்தில் உருவாகிவந்த தனிமனிதவாதம், ஆன்மீக சுதந்திரம் குறித்த பிரக்ஞை, தத்துவத்தின் தனித்த இயக்கம் குறித்த புரிதல், மனித உரிமை, அடிப்படை மானுட அறம் ஆகியவற்றைப் பற்றிய விழிப்புணர்வு ஆகியவை இங்குள்ள கற்ற பெரும்பான்மையினரிடம் பெரும் செல்வாக்கை செலுத்தின.

இந்துமதத்தை அந்த புதிய பார்வையின் அடிப்படையில் மறுஅமைப்பு செய்வதற்கான முயற்சியை ஒட்டுமொத்தமாக இந்து மறுமலர்ச்சி என்கிறோம். பலநூறு மதச் சீர்திருத்தவாதிகளால் ஆன ஓர் அறிவியக்கம் இது. தயானந்த சரஸ்வதி, ராஜாராம் மோகன்ராய், விவேகானந்தர், வள்ளலார், நாராயண குரு என அந்த சீர்திருத்தவாதிகளின் பட்டியல் மிக நீண்டது.

அவர்களின் பார்வையில் பழங்குடி, நாட்டார் வழிபாடுகள் பண்படாதவையாக, காலத்தால் பிற்பட்டவையாக, தோன்றின. ஏனென்றால் அத்தனை மதச்சீர்திருத்தவாதிகளும் மதத்தை அதன் மையத்திலுள்ள தத்துவத்தின் அடிப்படையில் மறுதொகுப்பு செய்யவே முயன்றார்கள். மையமே உண்மை, விளிம்புகள் திரிபுகள் அல்லது விலகல்கள் என புரிந்துகொண்டனர்.

வேதாந்த தரிசனத்தின் அடிப்படையில் ஒட்டுமொத்த இந்துமதத்தையும் மறுவரையறை செய்வதற்கு ராஜாராம் மோகன்ராய் முயன்றார் என்றால் வேதவேள்வி மரபின் அடிப்படையில் மொத்த இந்துமதத்தையும் மறுஅமைப்பு செய்வதற்கு தயானந்த சரஸ்வதி முயன்றார். இவ்வாறு முயன்றவர்கள் அந்த மையத்துடன் நாட்டார், பழங்குடி பண்பாடுக்கு வெகு தொலைவிருப்பதை உணர்ந்தனர்.

நாட்டார் பழங்குடி மரபில் இருக்கும் பலிச்சடங்குகள், கொடைச்சடங்குகள், தன்னை வருத்திக்கொள்ளும் வழிபாட்டு முறைகள், பலவகையான நோன்புகள், விலக்குகள் ஆகியவற்றை வெறும் மூடநம்பிக்கைகள் என்றும், மதத்துடன் தொடர்பற்ற பழங்குடிப் பண்பாட்டுக் கூறுகள் என்றும் அவர்கள் எண்ணினார்கள். ஆகவே ஆரம்பகட்ட மதச்சீர்திருத்தவாதிகள் அவற்றை நிராகரித்து பேசியிருக்கிறார்கள், தடை செய்ய முயன்றிருக்கிறார்கள்.

சமூகசீர்திருத்தப் பார்வையில் பழங்குடி நாட்டார் வழிபாடுகளை அணுகியவர்கள் அத்தெய்வங்களின் குறியீட்டுத் தன்மை மக்களிடம் உருவாக்கும் உளச்செல்வாக்கை கருத்தில் கொண்டனர். நாராயண குரு அதைப் பற்றிப் பேசியிருக்கிறார். உதாரணமாக, ஒரு போர்க்குடி உக்கிரமான போர்த்தெய்வங்களை தங்கள் குலதெய்வமாகவும் குடித்தெய்வமாகவும் வழிபடலாம். ஆனால் போர் யுகம் முடிந்துவிட்டது. சமாதானத்தின், ஜனநாயகத்தின் யுகம் வந்துவிட்டிருக்கிறது. இன்று போர்த்தெய்வங்கள் அளிக்கும் உளவியல் செல்வாக்கு என்பது அக்குடியை வெறும் வன்முறையாளர்களாக கலகக்காரர்களாக மாற்றிவிடக்கூடும்.

வாளேந்திய தெய்வம் குடித்தெய்வமாக இருக்குமென்றால் அக்குடியில் குருதி சிந்துவதைத் தடுக்க முடியாது என்று நாராயண குரு சொன்னார். ஆகவே புத்தகத்தை ஏந்திய தெய்வம், ஒளிச்சுடரை ஏந்திய தெய்வம், அருள்புரியும் தெய்வம் மட்டுமே வழிபடப்பட வேண்டுமென்று அவர் அறிவுரைத்தார். அக்காரணத்தால்தான் தாங்கள் செல்லும் இடத்தில் எல்லாம் அங்கிருந்த நாட்டார் தெய்வங்களை நீக்கம் செய்து அங்கு பெருந்தெய்வங்களை நிறுவும் பணியை அவர் செய்தார்.

ஈழவர்கள் வழிபட்டு வந்த அறுகொலை, மருதா, குளிகன் போன்ற பலி தெய்வங்களையும் பல்வேறு ஆவி தெய்வங்களையும் நாராயணகுரு விலக்கினார். அவற்றை வழிபடக் கூடாதென்று தடுத்தார். பல இடங்களில் வழிபடப்பட்டு வந்த சிலைகளை தன் கையால் தொட்டெடுத்து அருகில் இருந்த கிணற்றில் போட்டு மூடிவிட்டு அங்கு

வேறு தெய்வங்களை நிறுவி அவர்களை வழிபடச் செய்தார். அத்தெய்வங்களுக்கு ரத்தபலி கொடுப்பதை உறுதியாக மறுத்தார். உடலை வருத்திக்கொண்டு செய்யும் நோன்புகளை நிராகரித்தார்.

இதற்கான சமூகக் காரணங்கள் உண்மையானவை என்றுதான் நான் நினைக்கிறேன். இன்றும் கூட எந்தக் குடி, வன்முறை வெளிப்பாடு கொண்ட குடித்தெய்வங்களை வழிபடுகிறதோ அந்தக் குடியில் இருந்து வன்முறை அகல்வதில்லை. வன்முறை என்பது இந்த நூற்றாண்டில் ஒரு உயர்பண்பல்ல. தவிர்க்கப்பட வேண்டிய ஒன்று அது.

வன்முறைப் பண்பு குறுகிய காலஅளவில் உலகியல் வெற்றியையோ பொருளாதார நன்மையையோ அளிக்கலாம். ஆனால் அவ்வன்முறை குடும்பத்துக்குளேயேதான் பெரும்பாலும் செயல்படும். வன்முறைத்தன்மை கொண்ட சாதிகளில் உச்சகட்ட வன்முறைக்கு ஆளாவது அக்குடும்பத்தின் உறுப்பினர்களாகிய பெண்களும் குழந்தைகளும்தான். இது கண்கூடான உண்மை.

இது நான் பிறந்த ஜாதியிலேயே அரைநூற்றாண்டுக்கு முன்பு வரை இருந்த ஒரு நிலைமை. படிப்படியாக போர்த்தெய்வங்களை அகற்றி, அருள் புரியும் தெய்வங்களை, வித்யா தெய்வம் என்று சொல்லக்கூடிய கல்வித் தெய்வங்களை ஏற்றுக்கொண்ட பின்னரே நான் பிறந்த போர்க்குடியிலேயே உளவியலில் பெரும் மாற்றங்கள் வந்தன.

நூறாண்டுகளுக்கு முன்பு எங்கள் சாதியில் ஒவ்வொரு குடியிலும் தலைமுறைக்கு ஓரிருவர் பூசலில் கொல்லப் பட்டிருப்பார்கள். ரத்தம் சிந்தாமல் ஒரு பொதுச்சடங்கு நடக்கும் வாய்ப்பே இல்லை என்பார்கள். குடும்ப உறுப்பினர்களே வெட்டிக்கொண்டு சாவார்கள். நீதிமன்றங்களில் சீரழிவார்கள். அச்சூழல் முழுக்க மாறியது வழிபாட்டு முறையில் வந்த மாற்றத்தினால்தான். அதற்கு சட்டம்பி சாமி முதன்மைக் காரணம்.

இன்னும் சொல்லப்போனால் தெய்வங்களுக்கு ரத்தபலி கொடுப்பது என்பது குறியீட்டு ரீதியான நடவடிக்கையாக

தவிர்க்கப்பட வேண்டிய ஒன்றுதான். அதன் உளவியல் விளைவுகளை நம்மால் எளிதில்தாண்டமுடியாது. ஆகவே நாராயண குருவோ சட்டம்பி சுவாமியோ வள்ளலாரோ சிறுதெய்வங்களை விலக்கியதும் பழித்ததும் புரிந்துகொள்ளத் தக்கதுதான். மறைமலை அடிகள் போன்ற சைவக்குரவர்கள் சிறுதெய்வங்களுக்கு எதிராக மிகக் கடுமையாக எழுதி பிரச்சாரம் செய்திருக்கிறார்கள். சைவ மதமே மிக அதிகமான சிறுதெய்வங்களை உள்ளடக்கியது என்னும் போது அந்த எதிர்ப்பு இன்னும் கவனத்துக்குரியது.

ஆனால் இன்று சிறுதெய்வங்களைக் குறித்த நமது பார்வை இன்னொருகட்டத்தை அடைந்திருக்கிறது. இன்று தொடர்ச்சியாக நாம் கல்வி, பொருளியல் சூழலில் மேம்பட்டிருக்கிறோம். மிக வேகமாக உலகமயமாகிக் கொண்டிருக்கிறோம். நம்முடைய தனிஅடையாளங்கள் முழுக்க கரைந்தழிந்து சர்வதேச அளவில் எங்கும் காணப்படும் ஒரு பொதுவான அடையாளம் அமைந்து கொண்டிருக்கிறது. வெறும் நுகர்வோனாக நாம் மாற்றப்படுகிறோம். இச்சூழலில் நம்முடைய கலாச்சார வேர்களை ஆழ ஊன்றிக் கொள்வது, நம்மை நம் மண்ணுடன் பிணைத்துக் கொள்வது நம்முடைய அடையாளத்தை மீட்டுத் தக்க வைத்துக் கொள்வதற்கு உதவியானது.

நம்முடைய முன்னோர்களின் நீண்ட உணர்வுச்சரடில் நம்மைத் தொடுத்துக் கொள்ளவேண்டிய தேவை இன்றுள்ளது. அதற்கு நாட்டார் தெய்வ வழிபாடு இன்று வழிவகுக்கிறது. இன்று நமது மூதாதையர் நாட்டார் தெய்வங்களுடன் கொண்டிருந்த ஆழ்ந்த உளரீதியான உறவு நமக்கில்லை. ஆகவே ஒருவேளை அத்தெய்வங்கள் நம்மைத் தீவிரமான குறியீட்டுரீதியான பாதிப்புக்கு உள்ளாக்காமல் போகலாம். அத்துடன் இன்று மிகப் பெரும்பாலான நாட்டார் தெய்வங்கள் உருமாறி விட்டிருக்கின்றன. கண்கூடாக சென்ற இருபத்தைந்து ஆண்டுகளிலேயே சுடலைமாடன்களும், முத்தாலம்மன்களும் சைவ தெய்வங்களாக, அருள்மிகு தெய்வங்களாக மாறியிருப்பதை காண்கிறேன். அதன்பின் அத்தெய்வங்களை

வழிபடுவதற்கான பழைய தடைகள் பொருளில்லாமலாகி இருக்கின்றன.

இன்று நாம் நமது வேர்களை நிறுவிக் கொள்வதற்காக நமது குலதெய்வங்களை வழிபட்டே ஆகவேண்டிய இடத்திற்கு வந்திருக்கிறோம். அத்தெய்வங்களை கைவிட்டுவிட்டால் நாம் வேரிழந்து நீரில் மிதந்தலையும் பாசிகளைப் போலாகிவிடக் கூடும். பெருந்தெய்வங்கள், சிறுதெய்வங்கள் இரண்டுமே வெவ்வேறு வகையில் நமக்கு இன்று தேவைப்படுகின்றன. ஒரு இந்துவுக்கு இன்று அவனுடைய குலதெய்வவழிபாடு காவல்தெய்வ வழிபாடு ஊர்த்தெய்வ வழிபாடு முக்கியமானது, பெருந்தெய்வ வழிபாடும் முக்கியமானது. தத்துவ தெய்வத்தைப் பற்றிய அறிதலும் ஊழ்கமும் முக்கியமானது.

மூன்று நிலையிலும் ஒருவன் இந்துவாக இருந்தால் மட்டுமே மெய்யாகவே ஒரு இந்து தன் ஞானத்தை அடைகிறான் என்று பொருள். அத்வைதம் உருவாக்கும் தத்துவத் தெய்வ உருவகம் சுடலைமாடனை வழிபடுவதற்கு எந்த வகையிலும் தடையாவதில்லை என்பது மட்டுமல்ல அதைப் போற்றுகிறது, அதற்கு இடம் கொடுக்கிறது என்று நாம் புரிந்துகொள்ள வேண்டும். சுடலைமாடனையும் சுசீந்திரம் தாணுமாலயனையும் பிரபஞ்ச வெளியின் நுண்பொருளாகத் திகழும் பிரம்மத்தையும் ஒரேசமயத்தில் வழிபடும்போதுதான் நான் ஓர் இந்துவாக அமைகிறேன்.

***

இந்துமதம், சம்ஸ்கிருதம், பிராமணர்

அன்பின் ஜெ.

'சமஸ்கிருதம் ஒரு பொதுவான மொழி. இந்தியாவின் ஏன் உலகின் அனைத்து இந்துக் கோவில்களிலும் பொதுமைக்காக சமஸ்கிருத வழிபாடு செய்யப்படுகிறது. அய்யப்பன் கோவிலில் சமஸ்கிருதம் வந்தபின்புதான் அனைவரும் அங்கு வந்து வழிபாடு செய்கிறார்கள்' என்கிறீர்கள்.

இந்துமதம் பொதுவாகவே பொதுமைக்கு எதிரானது என்பதை இன்றும் பல கோவில்களில் 'அந்நிய மதத்தினர் பிரவேசிக்கக் கூடாது' என்று எழுதி வைக்கப்பட்டுள்ள பலகைகள் மூலம் அறியலாம். அவ்வளவு ஏன், இன்றும் கூட சில இந்துக் கோவில்களில் எல்லா சாதியினரும் நுழைய முடியாது. ஆக மதத்தில், சாதியில் பிரிவினையைக் கடைப்பிடிக்கும் இந்து மதம் மொழியில் மட்டும் பொதுமையை எப்படிக் கடைப்பிடிக்கும்?

'மையத்தில் சம்ஸ்கிருத வழிபாட்டுமுறை இருப்பது பிறமொழிகளில் வழிபடுவதற்கான தடை அல்ல. எல்லா இந்திய வட்டார மொழிகளும் இந்து வழிபாட்டு மொழிகளாகவே உள்ளன. எல்லா மொழிகளிலும் பல்லாயிரம் தோத்திரங்களும் பாடல்களும் உள்ளன. அவை ஆலயங்களில் பாடப்படுகின்றன' என்கிறீர்கள். சமஸ்கிருதம் அவ்வளவு நல்ல மொழியாக இருந்தால் ஏன் சிதம்பரம் கோவிலில் தமிழில் பாடிய ஆறுமுகசாமி அய்யா அடி வாங்கினார். சமஸ்கிருதம் தேவ பாஷையாகவும், தமிழ் நீச பாஷையாகவும் ஆனது எப்படி?

அரசியல்வாதிகளால் நமக்குச் சொல்லப்பட்டிருப்பது போல

சம்ஸ்கிருதம் வடவர்களின் மொழியோ, பிராமணர்களின் மொழியோ, வைதிகத்தின் மொழியோ, இந்துமதத்தின் மொழியோ அல்ல என்கிறீர்கள்.

பிறகு ஏன் அந்த மொழி மற்றவர்களால் பேசவோ, புழங்கவோ படவில்லை. பிராமணர் அல்லாதார் வேதம் கற்றால் காதில் ஈயம் காய்ச்சி ஊற்ற வேண்டும் என்ற ஸ்லோகம் எதற்கு?

பின்வரும் இன்றைய நிஜமான நிலை மாறுபட்டதாக இருக்கிறதே ஏன்?

1. அனைத்துக் கோவில்களிலும் சமஸ்கிருதம் தான் முதன்மை மொழி. தமிழில் போனால் போகிறது என்று சில பாடல்களைப் பாடுகிறார்கள்.

2. பிராமணர் அல்லாதவர்களை அர்ச்சகர் ஆக்கும் எண்ணம் இன்று வரை நிறைவேறவில்லை. அவர்கள் இந்தத் தொழிலைக் கற்று விட்டு இன்று சும்மா இருக்கின்றனர்.

3. திருமணம், காதுகுத்து, புதுமனை புகும் விழா எனத் தமிழர்களின் அனைத்து நிகழ்வுகளும் பிராமணர்களால், நமக்குப் புரியாத சமஸ்கிருத மொழியில்தான் நடத்தப்படுகின்றன.

4. எந்தக் கோவில்களில் கூட்டம் வருகிறதோ அங்கு உள்ள சாமிகளுக்கு மட்டும் ஸ்லோகங்கள் உருவாக்கப்பட்டு பிராமணர்களால் பூசை செய்யப்படுகிறது. உம்...திருப்பதி, சபரிமலை, திருச்செந்தூர்...

தூத்துக்குடி மாவட்டத்தில் மட்டும் ஏகப்பட்ட சிறுதெய்வங்கள் பலபேருக்குக் குலதெய்வங்களாக உள்ளன. ஆனால் சமஸ்கிருதத்தின் கருணைப் பார்வை அந்த தெய்வங்களுக்கு எல்லாம் ஏன் கிடைக்க வில்லை?

என்னுடைய இந்த சந்தேகங்களைத் தெளிவுபடுத்துவீர்கள் எனற நம்பிக்கையோடு

- செல்வம்

***

அன்புள்ள செல்வம்,

நீங்கள் கேட்ட கேள்விகளுக்கெல்லாம் நான் ஏற்கனவே விரிவாக எழுதிய குறிப்புகளில் பதில்கள் உள்ளன. உங்கள் கேள்விகள் பொதுவாக சூழலில் இருந்து வந்தடைந்த மனப் பதிவுகளே ஒழிய கொஞ்சமேனும் ஆராய்ந்து நோக்கப்பட்டவை அல்ல.

இந்துமதம் பொதுமைக்கு எதிரானது என்கிறீர்கள். பத்ரிநாத் முதல் கன்யாகுமரி வரை பல்வேறு இனம் சார்ந்த, மொழி சார்ந்த, சாதி சார்ந்த கோடிக்கணக்கான மக்களால் இந்துமத வழிபாடு கடைப்பிடிக்கப்படுகிறது என்ற கண்கூடான உண்மையையாவது மறுக்க மாட்டீர்கள் என நினைக்கிறேன். ஒவ்வொரு ஊரிலும் ஆசாரங்களும் நம்பிக்கைகளும் சடங்குகளும் வேறுபடுவதையும் மறுக்கமாட்டீர்கள்.

இந்த மக்கள் அனைவருக்கும் பொதுவான சில வழிபாட்டு முறைகளைத் தன் மையத்தில் இந்துமதம் உருவாக்கிக் கொண்டிருக்கிறது, அது இந்தியா முழுக்கப் பொதுமொழியாக விளங்கிய சம்ஸ்கிருதத்தில் உள்ளது என்று நான் சொல்கிறேன். அதில் என்ன பிழை? அப்படி ஒரு மையமொழி எந்த மதத்துக்குமே இருக்கக்கூடாது என்கிறீர்களா? அல்லது இந்துமதத்திற்கு மட்டும் இருக்கக்கூடாது என்கிறீர்களா? என்ன சொல்ல வருகிறீர்கள்?

இக்குறிப்புகளில் நான் முன்வைப்பது ஒரு விரிவான இந்திய வரலாற்றுப் பரிணாமத்தின் சித்திரத்தை. அதன் அடிப்படையில்தான் என் விளக்கங்களை அளிக்கிறேன். அது டாக்டர் அம்பேத்கர், டி.டி.கோசாம்பி முதல் இன்று டாக்டர் ராமச்சந்திரன் வரையிலான வரலாற்றறிஞர்கள் கூறும் ஆய்வுத்தரவுகளையும் வாதங்களையும் அடிப்படையாகக் கொண்ட, தெளிவாக விளக்கப்பட்ட, ஒரு வரலாற்று வரைவு.

இந்துமதம் எல்லா பக்தர்களையும் சமமாக நடத்தியது, நடத்துகிறது என நான் சொல்லவில்லை. உலகில் உள்ள எந்த மதமும் அப்படி ஒரு மானுட சமத்துவத்தை உள்ளடக்கமாகக் கொண்டது அல்ல. எல்லா மதங்களுமே அதன் நம்பிக்கை யாளர்களிடையே தெளிவான உயர்வுதாழ்வுகளை வரையறுத்து

வைத்திருந்தவைதான். இன்றுகூட எந்த மதமும் அந்த ஏற்றத் தாழ்வுகளை முழுமையாக விட்டுவிடவும் இல்லை.

ஏனென்றால் மானுட வரலாற்றின் கடந்தகாலத்தில் மனிதர்களெல்லாம் நடைமுறையில் சமம் என்ற சிந்தனையே இருந்ததில்லை. அந்தச்சிந்தனை ஒரு இலட்சியக்கனவாக உதித்துப் பல்வேறு சமூகப்போராட்டங்கள் வழியாக வளர்ந்து, சென்ற முந்நூறாண்டுகளுக்குள் உலகில் சில இடங்களில் சோதனை நடைமுறைக்கு வந்தது. இந்த நூறாண்டுக் காலத்தில்தான் உலகளாவிய ஒரு கருத்தாக அது ஏற்கப்பட்டுள்ளது. இன்னும் மானுட இனத்தில் நேர்பாதி அதை ஏற்றுக்கொண்டதில்லை. ஆணும் பெண்ணும் சமம் என்பதை ஏற்றுக்கொள்ளாத மக்களே இன்றைய உலகில் பெரும்பான்மை என்பதை மறக்கவேண்டாம்.

இதுவரையிலான மானுடப் பண்பாட்டின் வளர்ச்சி என்பது மனிதர்களைத் திரட்டி மேல்கீழாக அடுக்கி உறுதியான சமூக அமைப்புகளை உருவாக்குவதாகவே இருந்து வந்துள்ளது. உலகமெங்கும் உள்ள எல்லா சமூகங்களும் அப்படி மேல்கீழ் அடுக்குகளாகக் கட்டப்பட்டவைதான். அவ்வாறு இந்திய நிலத்தில் பல்வேறு சமூகங்கள் உருவான காலகட்டத்தில் பிறந்து வந்தது இந்துமதம்.

இந்துமதம் ஒரு தொகைமதம். இந்தியப் பெருநிலத்தில் பல்லாயிரம் வருடங்களாக இருந்துவந்த பல்லாயிரம் இனக்குழுக்கள் சாதிமுறை என்ற அமைப்புக்குள் மேல் கீழாக அடுக்கப்பட்டு இங்குள்ள சமூகமுறை உருவானது. எந்த சாதி நிலத்தையும் வணிகத்தையும் வென்றெடுத்ததோ அது மேலே சென்றது. பிற சாதிமேல் அதிகாரம் செலுத்தியது. சமூகத்தை வழிநடத்திச் சென்றது.

இவ்வாறு பல்வேறு இனக்குழுக்கள் ஒரே சமூகமாகத் தொகுக்கப்பட்டபோது அந்த இனக்குழுக்களின் வழிபாட்டு முறைகளும் நம்பிக்கைகளும் ஆசாரங்களும் ஒன்றாகத் தொகுக்கப் பட்டன. அவ்வாறுதான் இந்துமதம் உருவானது.

பல்வேறு வழிபாட்டு முறைகளும் சிந்தனைகளும் ஒன்றானபோது அவற்றுக்குள் ஓர் உரையாடல் நிகழ்ந்தது.

பலநூறாண்டுக்காலம் பல தளங்களில் நிகழ்ந்த உரையாடல் அது. அந்த உரையாடலில் ஒவ்வொரு வழிபாட்டு முறையும் ஒவ்வொரு சிந்தனையும் இன்னொன்றால் பாதிக்கப்பட்டன. காலப்போக்கில் அதற்கு ஒரு மைய ஓட்டம் உருவாகி வந்தது. அந்த மையம் பிற அனைத்தையும் இணைக்க ஆரம்பித்தது.

நடைமுறையில் இந்தப் பல்வேறு சிந்தனைகளில் எது வலுவானதோ அது பிறவற்றை விட அதிக முக்கியத்துவம் அடைந்து மையமாக ஆவதே வழக்கம். உலகமெங்கும் பார்த்தால் அந்த வலுவான தரப்பு பிற எல்லாத் தரப்புகளையும் அழித்து இல்லாமலாக்கி வெற்றி கொண்டிருப்பதையே நாம் காணமுடியும். இந்தியாவில் அது நிகழவில்லை. மாறாகப் பிறவற்றை ஒருங்கிணைத்துக் கொண்டு அந்த வலுவான தரப்பு வளர்ந்ததையே காண்கிறோம்.

இந்துமதத்தைப் பொறுத்தவரை வேதமரபு என்பதுதான் வலுவானது. ஆனால் அது பிற மரபுகள் அனைத்தையும் ஒருங்கிணைப்பதாகவே அது இருந்தது. அனைத்தில் இருந்தும் முக்கியமான அம்சங்களை வாங்கிக் கொண்டு அது வளர்ந்தது. அந்த வளர்ச்சிப் போக்கில் வேதமரபு வேதாந்தமாகவும் பின்னர் பக்திமதங்களாகவும் மாறியது.

வைதிகமரபில் இருந்த பிரம்மம் என்ற கருத்துதான் இந்த இணைப்புப் போக்கு உருவாவதற்கான காரணம். பிரம்மம் என்பது பெயரற்ற, உருவமற்ற, எங்கும் நிறைந்த, எல்லாமாக ஆகிய ஒரு தத்துவார்த்தமான தெய்வம். அந்தத் தத்துவமாக நாம் எந்தக் கடவுளையும் காணமுடியும். கல்லையும் மண்ணையும் மிருகங்களையும் எல்லாம் பிரம்மமாக விளக்கமுடியும். உங்கள் உள்ளூர் மாரியம்மனைக்கூடத் தோத்திரங்களில் பிரம்ம சொரூபிணி [பிரம்மமே உருவெடுத்து வந்தவள்] என்றுதான் சொல்லி வழிபடுவார்கள்.

இந்தியாவெங்கும் இந்தத் தொகுப்புநிகழ்வு அன்றும் இன்றும் நிகழ்ந்துகொண்டே இருக்கிறது. இந்து மெய்ஞானம் எவரையும் மேலே கீழே என வரையறுக்கவில்லை. சமூகத்தில் யார் ஆதிக்கம் செலுத்துகிறார்களோ அவர்கள் இந்துமதத்திலும் மேலாதிக்கம்

செலுத்துபவர்களாக ஆகிறார்கள். இந்துமதத்தின் ஆசாரங்களை அவர்கள் அதற்கேற்ப வரையறை செய்துகொள்கிறார்கள்.

நூறுவருடம் முன்பு இங்கே வரலாற்றை எழுதிய வெள்ளையர் இந்துமதம்தான் மக்களை சாதி அடிப்படையில் பிரித்து, ஏற்றத்தாழ்வுகளை உருவாக்கியது என எழுதிவைத்தனர். அவர்களில் பெரும்பாலானவர்கள் கிறித்தவ மதமாற்ற எண்ணம் கொண்டவர்கள். சென்ற நூறாண்டுக் காலத்தில் ஏராளமான வரலாற்று ஆய்வுகள் மூலம் அது பொய் என நிறுவப்பட்டுள்ளது. இந்தியாவில் சாதிமுறையும் ஏற்றத்தாழ்வும் உருவாகி வந்த வரலாறு துல்லியமாகவே எழுதப்பட்டுள்ளது. ஆனால் நூறுவருடமாகவே வரலாற்றை வாசிக்காத அரசியல்வாதிகளால் சொல்லப்படும் சில்லறை வரிகளே நம் மேடைகளில் உலவுகின்றன. உங்களைப் போன்றவர்கள் எந்த பரிசீலனையும் இல்லாமல் அதை நம்புகிறீர்கள்.

இந்து மதத்தின் மெய்ஞானம் ஏற்றத்தாழ்வை வரையறை செய்கிறது என்றால் அதை இந்துமதத்தால் மாற்றிக்கொள்ளவே முடியாது. ஆனால் உண்மை அப்படி அல்ல. இந்துமதத்தின் அமைப்புக்குள்ளேயே எப்போதும் மேலே உள்ள சாதிகள் கீழே வருவதும் கீழே உள்ள சாதிகள் மேலே செல்வதும் நடந்துகொண்டே இருக்கிறது என்பதே வரலாறு. அந்த மாற்றங்களுக்கான காரணம் பொருளாதாரம் சார்ந்தது, அரசியல் சார்ந்தது. கண்டிப்பாக மதம் சார்ந்தது அல்ல.

இந்திய வரலாறெங்கும் எளிய நிலைகளில் வாழ்ந்த பல்வேறு அடித்தள சாதிகள் வரலாற்றின் ஓட்டத்தில் ராணுவபலம் பெற்று மேலாதிக்கத்தை உருவாக்கிக் கொண்டதைப் பார்க்கலாம். அவர்கள் பேரரசுகளை உருவாக்கினார்கள். இந்துமதத்தில் மேலாதிக்கம் பெற்றார்கள். சந்திரகுப்த மௌரியர் முதல் இதைக் காணலாம். தமிழகத்தில் உள்ள பெரும்பாலான பேராலயங்களைக் கட்டிய நாயக்கர்கள் ஆந்திராவில் உள்ள எளிய மாடு மேய்க்கும் சாதியினர்தான். எண்ணூறு ஆண்டுகளுக்கு முன்னால் அவர்கள் தற்செயலாகக் குதிரை மேய்க்க ஆரம்பித்தார்கள். பெரிய ராணுவ சக்தியாக மாறிப் பேரரசுகளை உருவாக்கினார்கள். நாம் காணும் தமிழகக் கோயில்

ஆசாரங்களை எல்லாம் அவர்கள்தான் தீர்மானித்தார்கள். இப்படித்தான் இந்திய வரலாறு செயல்படுகிறது.

ஆகவே இந்துமதத்தில் இருந்த ஏற்றத் தாழ்வுகள் இந்துமதத்தின் மையக்கருத்துக்கள் அல்ல. அவை அந்தந்தக் காலகட்டத்து சமூக யதார்த்தங்கள் மட்டுமே. எந்த ஒரு மதமும் அதைப்பின்பற்றும் மக்களின் சமூக அமைப்பையும் நம்பிக்கைகளையும் ஒட்டித்தான் செயல்பட முடியும்.

இந்துமதத்தின் மையநூல்கள் எவை என நூற்றாண்டுகளாக வரையறை செய்யப்பட்டுள்ளது. அவை சமூக ஏற்றத்தாழ்வு களையோ அதிகாரத்தையோ பேசக்கூடியவை அல்ல. அவை முழுக்க முழுக்கத் தத்துவநூல்கள். அவற்றையே சுருதிகள் என இந்துமதம் சொல்கிறது. அவைதான் மாற்றமில்லாதவை.

சமூக ஆசாரங்களையும் சடங்குகளையும் பேசும் நூல்களை ஸ்மிருதிகள் என்றுதான் இந்துமதம் சொல்கிறது. அவை காலந்தோறும் மாறக்கூடியவை. சாதிமுறையைக் கடுமையாக வரையறை செய்யும் மனு ஸ்மிருதி அவற்றில் ஒன்று. அதில்தான் நீங்கள் சுட்டிக்காட்டியது போல வேதங்களை பிராமணரல்லாதவர்கள் கற்கக்கூடாது என சொல்லப்பட்டுள்ளது.

ஆனால் அதற்கு முன்னர் யம ஸ்மிருதி, நாரத ஸ்மிருதி, யாக்ஞவால்கிய ஸ்மிருதி போன்ற பல நூல்கள் இருந்துள்ளன. அவற்றில் எல்லா சாதியினரும் கண்டிப்பாக வேதங்களை ஓதியாகவேண்டும் என்று சொல்லும் ஸ்மிருதிகள் கூட உள்ளன. அவை மன்னர்களால் மாற்றப்பட்டு மனு ஸ்மிருதி கொண்டுவரப்பட்டது. அதாவது இவை இந்துமதத்தின் மாறாத நூல்கள் அல்ல. அவை மதநூல்களே அல்ல, ஆசார நூல்கள் மட்டுமே. மதம் அவற்றுக்குப் பயன்படுத்தப்படுகிறது.

எப்படி மன்னர்கள் மனுஸ்மிருதியைக் கொண்டுவந்தார்களோ அதேபோலத்தான் ஜவகர்லால் நேரு என்ற நவீன ஆட்சியாளர் மனுஸ்மிருதிக்கு நேர் எதிரான ஹிந்து சட்டத்தைக் கொண்டு வந்தார். அதை அம்பேத்கர் ஸ்மிருதி என்று சொல்லலாம். மறைந்த சித்பவானந்தர் அப்படித்தான் சொல்வார். இந்துமதம் என்ன அம்பேத்கர் ஸ்மிருதிக்கு எதிராகக் கொந்தளித்தா

எழுந்தது? ஒரு சிறு திருத்தம்கூட இல்லாமல் அது இந்த சமூகத்தால் ஏற்கப்படவில்லையா? வெறும் ஐம்பதாண்டுக் காலத்தில் இந்துமதம் அதன் ஆயிரம் வருட நடைமுறைகள் பலவற்றை முற்றிலும் தலைகீழாக்கிக் கொள்ளவில்லையா? ஏனென்றால் அது ஆசாரமே ஒழிய மதத்தின் சாராம்சம் அல்ல என எல்லாருக்கும் தெரியும்.

ஆகவே இந்துமதத்தில் பொதுமை இல்லை என்பது போன்ற மேலோட்டமான வரிகளை விடுங்கள். எந்த மதத்திலும் இறந்த காலத்தில் பொதுமை இருந்ததில்லை. நவீன காலகட்டம் உருவாக்கிக் கொண்ட மானுடப் பொதுமை என்ற கருத்தை வேறெந்த மதத்தை விடவும் எளிதாக இந்துமதம் ஏற்றுக்கொண்டது என்பதே வரலாறு. மானுடப்பொதுமை பேசிய சிந்தனையாளர்கள் கிறித்தவ மதத்துக்கு எதிராக முந்நூறாண்டுக்காலம் பல்வேறு தியாகங்களை செய்து போராடினர் என்பதை நினைவில் கொள்ளுங்கள். இஸ்லாமிடம் அப்படி போராடுவதற்கான வாய்ப்பேகூட இன்றுமில்லை என்பதை நினைவுறுங்கள்.

இந்துக்கோயில்களில் எல்லா சாதியினரும் நுழைய எந்தத் தடையும் இன்றில்லை. இன்றைக்கு எண்பத்தைந்து வருடம் முன்பு அனைவரையும் ஆலயத்துக்குள் அனுமதிப்பதற்கான, பொதுமைக்கான, குரல் இந்துமதத்தின் நாயகர்களிடமிருந்தே வந்தது. அதற்கான இயக்கத்தை காந்தியும், ஆரியசமாஜமும், ராமகிருஷ்ண இயக்கமும், நாராயணகுருவும், சகஜானந்தரும் முன்னெடுத்தபோது இந்து மதத்தில் இருந்து அப்படியொன்றும் பெரும் எதிர்ப்பு கிளம்பவுமில்லை. மிகச்சில அடிப்படைவாதிகள் எதிர்த்தனர், அவர்கள் உடனே ஓரம் கட்டப்பட்டனர். ஏனென்றால், இந்து மதத்தின் மூலநூல்கள் எவையும் மானுடப் பொதுமைக்கு எதிரானவை அல்ல. அவை மானுட ஆன்மீகத்தைப் பேசும் தத்துவ நூல்கள். அந்த மூலநூல்களைச் சுட்டிக்காட்டி நாராயணகுருவும் காந்தியும் சகஜானந்தரும் எதிர்ப்புகளை வாயடைக்கச் செய்ய முடிந்தது.

இன்று அன்னிய மதத்தவர் உள்ளே நுழையத் தடை உள்ளது. அது ஓர் நடைமுறைத்தடை. இந்து ஆலயங்கள் வெறும்

வழிபாட்டிடங்கள் அல்ல, தொல்லியல் மையங்களும்கூட. ஆகவே அவை சுற்றுலாமையங்களாக ஆகிவிடும் வாய்ப்புள்ளது. அது வழிபாடுகளுக்குத் தடையாக இருக்கலாகாதென்ற நோக்கில் கருவறையை ஒட்டிய இடங்களில் பிற மதத்தவர்களுக்குத் தடை உள்ளது. மற்ற இடங்களில் எல்லாரும் அனுமதிக்கப்படுகிறார்கள். அந்தத் தடையும் தேவையில்லை என்பதே என் எண்ணம். அது இந்துமதத்தின் 'கொள்கை' அல்ல. மிக எளிதாக நீக்கப்படக்கூடிய ஒரு நடைமுறை மட்டுமே.

இன்னும்கூட ஒரு குறிப்பிட்ட சாதியினருக்குச் சொந்தமான கோயில்களில் பிற சாதியினர் நுழைய அச்சாதியினர் தடை செய்கிறார்கள். குலதெய்வக் கோயில்களில் பிற குலத்தவர் நுழையத் தடை உள்ள இடங்கள் உண்டு. அவை சாதிப்பிரச்சினைகள், குலப்பிரச்சினைகள். அந்நோக்கில் அவை விவாதிக்கப்பட்டுக் களையப்பட வேண்டியவை. மதுரைக் கோயிலில் தலித் நுழைய அனுமதிக்கும் இந்து மதம் உத்தப்புரத்தில் மட்டும் அனுமதிக்காதா என்ன?

சிதம்பரம் கோயிலில் சைவத்திருமுறைகள் குறைந்தது ஆயிரமாண்டுகளாக ஒவ்வொருநாளும் ஓதப்பட்டு வருகின்றன என்பது தெரியுமா? என்றாவது அதைப் போய் சோதித்துப் பார்த்திருக்கிறீர்களா? நான் அழைத்துச் சென்ற ஈழத்து நண்பர்கள் அங்கே கருவறைமுன் நின்று திருப்புகழ் பாடியிருக்கிறார்கள்- பலமுறை. அங்கே இந்தியாமுழுக்க உள்ள எல்லா ஆலயங்களிலும் இருப்பதுபோல சம்ஸ்கிருதமே கருவறையின் மொழியாக இருக்கிறது, அவ்வளவுதான். இப்போது தமிழும் சேர்க்கப்பட்டுள்ளது.

இந்தியாவெங்கும் இந்து ஆலயங்களுக்கு வழிபாடு சார்ந்த தொன்மையான நடைமுறைகள் இருக்கும். அந்த நடைமுறைகளைத் தொகுத்துள்ள நூல்களை நிகமங்கள், ஆகமங்கள் என்பது வழக்கம். தமிழகத்துக் கோயில்களில் அனேகமாக அனைத்துமே ஆகம முறைப்படி வழிபடப்படுபவை. ஆகமங்களே கோயில்களுக்கு சக்தியை அளிப்பவை என்பது பக்தர்களின் நம்பிக்கையாக இருந்து வருகிறது. அவற்றை மாற்றுவதை அவர்கள் ஏற்பதில்லை.

சிதம்பரம் கோயில் நெடுநாட்களாகவே அதற்காக உருவாக்கப்பட்ட பூசாரிக்குலங்களின் பொறுப்பில் உள்ளது. அவர்கள் ஆகமங்களை முழுமையாக நம்பி இறுக்கமாகக் கடைப்பிடிப்பவர்கள். எந்தச் சடங்குகளையும் மீற அனுமதிக்காத வர்கள். ஏனென்றால் அது அவர்களின் தொழிலும் கூட. அதில் மாற்றம் என்பது அவர்கள் தொழிலை இழப்பதுதான். ஆகவேதான் கோயிலின் வழமையான சில முறைமையை மீறி ஆறுமுகச்சாமி என்பவர் தமிழில் பாட முயன்றபோது அவர் அந்த அர்ச்சகர்களால் தாக்கப்பட்டார். அவர் தமிழில் பாடியதற்காகத் தாக்கப்படவில்லை, குறிப்பிட்ட இடத்தில் குறிப்பிட்ட நேரத்தில் பாடியதற்காகத் தாக்கப்பட்டார். அது ஒரு தொழில் போட்டி மட்டுமே. எந்தத் தொழிலிலும் அது நிகழும்.

அந்தத் தாக்குதல் இந்துமதத்தின் பக்தர்களால் நடத்தப்பட வில்லை. அந்த அர்ச்சகர் முறை மாற்றப்பட்டபோது இந்துமதம் கொதித்தெழவும் இல்லை. அத்தகைய நூற்றுக்கணக்கான மாறுதல்கள் வழியாகத்தான் அது வளர்ந்து வந்தது, முன்னால் செல்கிறது. இந்துமதத்தின் எந்த ஒரு ஆசாரமும் நம்பிக்கையும் விவாதத்துக்கு திறந்து வைக்கப்பட்டதாகவே இன்றுவரை உள்ளது. அதை காலத்துக்கு ஏற்ப மாற்றுவது எப்போதும் அனுமதிக்கப்பட்டிருக்கிறது. மாற்றங்கள் நடந்துகொண்டே இருக்கின்றன.

மக்களிடம் வரும் எந்த ஒரு ஆக்கபூர்வமான மனமாற்றத்தையும் இந்து மதம் தடுக்காது. ஏனென்றால் இந்துமதத்தின் மூலநூல்கள் என்பவை நெறிநூல்கள் அல்ல, தூயஞானநூல்கள் மட்டுமே. அவை இதைச்செய் இதைச்செய்யாதே என தடுக்கவில்லை. இதை இப்படி சிந்தனைசெய்து பார்க்கலாமே, இப்படி தியானிக்கலாமே என்று மட்டுமே சொல்கின்றன. நான் இந்துவாக இருப்பது இந்த சுதந்திரத்தை இந்த மதம் அளிக்கிறது என்பதனாலேயே.

ஆகவே இந்துமதத்தைச் சேர்ந்த ஓர் அமைப்போ, ஓர் அறிஞரோ சொல்வது இந்துமதத்தின் கூற்று எனக் கொள்வது மோசடி மட்டுமே. அப்படி எவரும் எதையும் சொல்லலாம். ஆனால் எவரும் விதி சொல்ல, கட்டுப்படுத்த அதிகாரம் கொண்டவர்கள் அல்ல. இந்துமதம் ஒரு அமைப்பு அல்ல. ஒரு

ஞானமார்க்கம் மட்டுமே. அதில் பலநூறு வழிகள் உள்ளன. எல்லா வழிகளுமே இங்கே அனுமதிக்கப்பட்டுள்ளன. அவற்றில் நாத்திக ஞானமார்க்கமும் அடக்கம். வாசித்துப்பாருங்கள்.

தமிழ் நீசபாஷை என்று சொன்னது யார்? இந்துமதத்தின் எந்த நூல்? எந்த ஞானி? யாரோ எங்கோ சொன்னார்கள் என நீங்கள்தான் சொல்லிக் கொண்டிருக்கிறீர்கள். உள்ளூர தமிழ் மீது உங்களுக்கிருக்கும் ஆழமான இழிவுணர்வே அதற்குக் காரணம். தமிழ் காட்டுமிராண்டிமொழி என்று செவிகளில் விஷமூற்றும் வரியைச் சொன்னவர் இப்படி அவதூறுப் பிரச்சாரம் செய்பவர்களின் வழிகாட்டியான ஈ.வெ.ராதான், எந்த இந்து ஞானியும் அல்ல.

நேர்மாறாக தெய்வத்தமிழ் என வைணவர்களாலும் சிவன் காதில் அணியும் குண்டலம் என்றும் அவன் உடுக்கின் நாதத்தால் அமைக்கப்பட்டது என்றும் சைவர்களாலும் ஆயிரத்துக்கும் மேற்பட்ட வருடங்களாக வழிபடப்படுகிறது தமிழ். ஆயிரமாண்டுகளில் ஸ்ரீரங்கத்திலோ, திருமாலிருஞ்சோலையிலோ நாலாயிரத்திவ்யப் பிரபந்தம் பாடப்படாத ஒருநாள் கடந்து சென்றதுண்டா? மதுரையிலோ, நெல்லையிலோ திருமுறை பாடப்படாத ஒரு நாள் உண்டா? என்ன பேசுகிறீர்கள்?

நான் ஏற்கனவே சொல்லியிருக்கிறேன். சம்ஸ்கிருதம் என்றுமே அறிவுச் செயல்பாட்டுக்குரிய மொழிதான் என. பேசப்பட்ட புழக்கமொழி அல்ல அது. எஸ்பராண்டோ போலப் பொதுமொழியாக உருவாக்கப்பட்டது அது. அந்தக் கட்டுரையிலேயே சொல்லியிருந்தேன், அதன் பெரும் ஆசிரியர்கள் பிராமணர்கள் அல்ல என. அது சமணர்களுக்கும் நாத்திகர்களுக்கும்கூட மூலமொழிதான் என. எதையுமே நீங்கள் கண்டுகொள்வதில்லை.

ஏன் அனைத்துக் கோயிலிலும் சம்ஸ்கிருதம் மூலமொழியாக இருக்கிறது, அதற்கான வரலாற்றுக் காரணம் என்ன என்றுதான் நான் அக்கட்டுரையில் விளக்கியிருந்தேன். என்ன காரணத்தால் பிராமணர்கள் கோயிலில் பூஜைக்கு வைக்கப்படுகிறார்கள் என விரிவாக சமூகநோக்கில்தான் ஆராயவேண்டும். திருமணம்

இந்து மெய்மை ✸ 115

காதுகுத்து எல்லாவற்றுக்கும் பிராமணர்கள் வருவது என்பது இன்று நீங்களாக விரும்பித் தேர்ந்தெடுப்பது. தமிழகத்தின் பெரும்பாலான சாதிகளில் அப்படி வழக்கம் இல்லை. இன்று பணம் வரும்போது அதை ஏன் நீங்கள் தேர்ந்தெடுக்கிறீர்கள் என்பதை நீங்கள்தான் சொல்லவேண்டும்.

இந்துமதம் எங்கும் உங்களிடம் அப்படிச் சொல்லவில்லை. பிராமணர்கள் இந்துமதத்தின் பூசகர்கள் என்பது ஒரு வழிவழியான மரபு, அவ்வளவுதான். அது இந்துமத விதி அல்ல. காசி, ஸ்ரீசைலம் போன்ற பல பெருங்கோயில்களில் பக்தர்கள் அனைவருமே கருவறை சென்று தொட்டு பூஜை செய்யலாம் என்ற விதி ஆயிரமாண்டுகளாக உள்ளது.. இன்றும் இந்தியாவின் பெரும்பான்மையான கோயில்களில் பிராமணர்கள் பூஜைசெய்யவில்லை. பலநூறு பூசாரிக்குலங்கள் உள்ளன. பல சமூகங்கள் அவர்களுக்குள்ளாகவே பூசாரிக் குலங்களை உருவாக்கிக் கொண்டிருக்கின்றன.

சம்ஸ்கிருதம் எப்போது கருவறைக்குள் வருகிறது? ஒரு தெய்வம் குல, இன, பிராந்திய அடையாளம் விட்டுப் பெருந் தெய்வமாக ஆகும்போதுதான். அய்யா, அதைத்தானே நான் கட்டுரையிலே சொல்லியிருந்தேன். அதையே சொல்லித் திருப்பிக் கேள்வி கேட்டால் என்னய்யா செய்வேன்?

உங்கள் பிரச்சினைதான் என்ன? நான் எழுதியிருந்த வினாவுக்கு பதிலாக நீங்கள் கேட்டிருக்கும் கேள்விகள் எங்கெல்லாம் எதையெல்லாம் கேட்கின்றன என்று பாருங்கள். நீங்கள் இந்து என்கிறீர்கள். இந்துமதம் பொதுமைக்கு எதிரானது என்கிறீர்கள், காரணம் சாதி என்கிறீர்கள், சம்ஸ்கிருதம் என்கிறீர்கள், பிராமணர் என்கிறீர்கள். எதை வலுக்கட்டாயமாக நம்ப விரும்புகிறீர்கள்? அதற்கான உளவியல் காரணம் என்ன? அந்தக் காரணத்தை இழக்கலாகாது என்பதற்காகத்தான் எழுதிய எதையுமே வாசிக்காமல், புரிந்துகொள்ளாமல் மீண்டும் கேட்கிறீர்களா?

அந்தக்காரணம் என்ன தெரியுமா? பொதுமைக்கு எதிரானவர் நீங்கள் என்பதே. உங்கள் சாதியநோக்கைத் தாண்டிச்செல்ல உங்களால் முடியவில்லை என்பதே. அதற்கான பழியைப்

போட நீங்கள் இந்துமதத்தை பிராமணர்களை தேடிக் கண்டுபிடிக்கிறீர்கள்.

இந்த எதார்த்தத்தை நீங்கள் மானசீகமாக ஒப்புக்கொண்டால் நீங்கள் முதலில் உங்கள் சாதியின், குடும்பத்தின் உளவியலில் ஊறியுள்ள பொதுமைக்கு எதிரான அம்சங்களை நோக்கித் திரும்புவீர்கள். அதற்கான ஊற்று என்ன என்று உங்கள் இனக்குழு மனநிலையில் இருந்து கண்டுகொள்வீர்கள். அதைக் களைய உங்களைத் தூய்மைப்படுத்திக் கொள்ள ஆரம்பிப்பீர்கள். மதம், பிராமணர் எனப் பழிசொல்ல இடம்தேடி அலைய மாட்டீர்கள். அதுதான் தொடக்கம்.

பிராமணர்களின் சாதியுணர்ச்சி பற்றி சொல்கிறீர்கள். நீங்கள் என்ன சாதிக்கு அப்பாற்பட்டவரா? சாதியை விட்டு விலகி விட்டீர்களா? பிராமணரல்லாதவர்களின் சாதியுணர்ச்சியைவிட பிராமணர்களின் சாதியுணர்ச்சி ஒன்றும் அதிகமில்லை. நாமெல்லாருமே ஒரே கடந்தகாலக் குட்டையில் ஊறியவர்கள் தான். அதைக் கடந்து செல்வதைப்பற்றி சிந்திப்போம். நாம் மாறினால் நம் மதமும் மாறும்.

எனக்கு முன்னால் நிற்கும் பிரச்சினை இதுதான் செல்வம். நான் பக்கம் பக்கமாக ஆதாரங்களுடன் எழுதுவேன். அதில் எதையுமே படிக்காமல், பொருட்படுத்தாமல், முன்னர் சொன்னதையே திருப்பிச்சொல்லி எனக்குச் சுடச்சுட பதில் சொல்லிவிட்டதாக நினைத்துக் கொள்வார்கள் பிறர். ஈவேராவின் வைக்கம் போராட்டம் முதல் இன்றைய காந்தி வரை இதுவே நிகழ்கிறது. நான் நிறுத்திக்கொள்ளும்போது என்னை 'வாயடைக்க' செய்துவிட்டதாகக் கொண்டாடியும் கொள்வார்கள். அதைத்தான் நீங்கள் செய்யப்போகிறீர்கள் என்றால் சரி. இல்லையேல் திருப்பி வாசியுங்கள், புரிந்துகொள்வீர்கள்.

***

சமணமும் பாகன் மதங்களும்

அன்புள்ள ஜெ,

வரலாறைப் படிப்பதற்கும் அது நிகழ்ந்த இடங்களைப் பார்ப்பதும் வெவ்வேறு அனுபவங்கள். படித்து விட்டு வந்தால் பல இடங்கள் நமக்கு கூடுதல் பொருளுடையதாகிறது. மேரி பியர்ட் எழுதிய SPQR படித்துக் கொண்டிருக்கிறேன். கூடவே வேறு சில நூல்களும்.

கலிலேயோ திருச்சபையோடு மோதியது வரலாறு. ஆனால் அந்த கலிலேயோ புதைக்கப்பட்டிருப்பது ப்ளோரன்ஸ் நகரின் மிக முக்கிய தேவாலயத்தின் பிரதான பகுதியில். ஐசக் நியூட்டன் லண்டனின் வெஸ்ட்மின்ஸ்டரில். திருச்சபையும் விஞ்ஞானமும் ஒரு சிக்கலான உறவைக் கொண்டன. இவ்விருவரும் தேவாலயங்களில் ஆஸ்தான இடத்தில் புதைக்கப்பட்டிருப்பது மிக ஆச்சர்யம்.

ப்ளோரன்ஸ் நகரில் ஞானஸ்நானம் செய்விக்கும் இடத்தின் (Baptistery) இரு கதவுகள் புத்துயிர்ப்பின் ஆரம்பமாக கருதப்படுகிறது. அக்கதவுகளின் புனரமைப்புக்கு உதவியோர் பட்டியலில் ஆச்சர்யமானப் பெயர். ஜம்நாலால் பஜாஜ்.

நீங்கள் அடிக்கடி 'கிறித்தவம் பாகனியத்தை அழித்தொழிப்பு' செய்தது என்பீர்கள். அது வேறு விவாதம். ரோமில் ஆச்சர்யப் படுத்துவது பாகனியம் திருச்சபையின் கலைகளில் பிரதானப் பங்கு வகிப்பது. போப்பின் தனியறையை அலங்கரிக்க ஓவியம் வரைந்த ரஃபேல் ஓர் அறையில் ஒரு பக்கத்தில் கிரேக்க அறிஞர்களான பிளேட்டோ *(வான் நோக்கி விரல் நீட்டியவாறு),*

அரிஸ்டாட்டில் (தரை நோக்கி கையை விரித்தவாறு), யூக்ளீட் இன்னொருப் பக்கம். இது ஒரு மிகப் பெரிய ஓவியம். அறிவுத் தேடலைச் சுட்டுவது. அதிலும் பிளேட்டோவின் தத்துவம் இவ்வுலக வாழ்வைக் கடந்ததை குறிக்கும் வண்ணம் மேல் நோக்கி சுட்டும் விரல். அரிஸ்டாட்டில் இவ்வுலக வாழ்க்கையை மையமாக கொண்ட தத்துவ ஞானி என்பதால் தரை நோக்கிய விரிந்த கை. இதன் எதிர் புறம் இயேசுவும் பக்தி மார்க்கமும்.

சிஸ்டின் சேப்பல் மனித சிருஷ்டித் திறமையின் உச்சம். அங்கே வரும் பல்லாயிரக் கணக்கானவர்கள் மைக்கேலேஞ்சலோவின் கை வண்ணத்தையும் மேதமையையும் தான் காண வருகிறார்கள். எத்தனையோ இடங்களுக்கு போயிருக்கிறேன். ஆனால் அந்த அறையினுள் நுழைவதற்கு உடல் சிலிர்த்தது. மனித ஆற்றலின் மகோன்னதத்தை காணும் படபடப்பு. ஒரு பாதிரியார் வந்து ஏதோ ஜெபம் செய்தார் என் மனம் உத்தரத்தில் இருக்கும் ஓவியத்தில் (பாகனிய பாரம்பர்யங்களை பிரதானமாகச் சித்தரித்த ஓவியங்கள்) லயித்திருந்தது.

- அரவிந்தன் கண்ணையன்

***

அன்புள்ள அரவிந்தன் கண்ணையன்

ஏறத்தாழ ஓராண்டுக்கு முன்பு நான் ரோம் சென்றிருந்தேன்.

நீங்கள் சொன்ன பாகன் பண்பாட்டுச் சின்னங்களை நானும் ரோமின் புகழ்பெற்ற தேவாலயங்களில் பார்த்தேன். நீங்கள் குறிப்பிடுவதுபோல நேரடியாக அவை பதிவுபெற்றுள்ளன. கூடவே கலைநுட்பங்களாகவும் அவற்றைக் காணலாம். உதாரணமாக கிறித்தவப் புனிதர்களின் உடல்கள் வடிவமைக்கப் பட்டிருக்கும் விதத்திலும் தோற்றச்சாயலிலும் பாகன் மதங்களின் கலையும் அதில் உள்ளடங்கியிருக்கும் பண்பாடும் உள்ளது. உருண்டு திரண்ட தசைகள், வலுவான உடற்கட்டுகள், சுருள்தாடிகள்.

ரோமில் நான் பார்த்துக்கொண்டே சென்றபோது குத்துமதிப்பாக ஓர் எண்ணம் ஏற்பட்டது. பெரும்பாலான

புனிதர்களும் தேவதைகளும் எழுத்துச்சுருள்களை விரித்துக் காட்டுகின்றனர். நேரடியாகப் பார்த்தால் அவர்கள் தெய்வீக ஆணைகளை அறிவுறுத்துகின்றனர். குறியீட்டுரீதியாகப் பார்த்தால் அவை எழுத்து என்னும் செயலின் முதன்மையைக் காட்டுகின்றன. வாய்மொழி மரபிலிருந்து எழுத்து மரபுக்கான ஒரு மாறுதல் அது என்று தோன்றியது. சொல்லப்பட்டதை விட எழுதப்பட்டது மேலும் அழுத்தமானது, மாறாதது என்ற எண்ணத்தை அவை கொண்டுள்ளன.

பொதுவாக மதங்களின் போர் குறித்த கருத்துக்களை ஒருவர் எப்படிப்பார்க்கிறார் என்பது அவரது முன்முடிவுகளைச் சார்ந்தது. இந்தியாவின் மதச்சூழலை எழுதவந்த ஐரோப்பியரில் சிலரும், அவர்களை ஒட்டி எழுதுபவர்களும் ஓர் அழித்தொழிப்பின் கதையை எழுத விழைகிறார்கள். ரொமீலா தாப்பர் ஒரு நூலில் இந்துமதம் ஒரு பூதம் போல பௌத்த மதத்தை தோளில் ஏறி அமர்ந்து கொன்று அழித்தது என எழுதுகிறார்.

இந்தியாவில் சமணத்தின் எழுச்சி வீழ்ச்சியை எழுதியவர்களில் பலர் அது வன்முறையால் ஒழிக்கப்பட்டது என திரும்பத் திரும்ப பதிவுசெய்கிறார்கள். அவர்கள் அதற்கு ஆதாரமாகக் காட்டுவது இந்தியாவின் ஒட்டுமொத்த வரலாற்றிலேயே ஓரிரு வரலாற்று அடிப்படை ஏதுமில்லாத தொல்கதைகளை மட்டுமே – திருஞானசம்பந்தர் எட்டாயிரம் சமணர்களை கழுவேற்றினார் என்பதுபோல.

ஆனால் அதற்கு மாறான ஆதாரங்கள் குவிந்து கிடக்கின்றன. உதாரணமாக, சிலப்பதிகாரத்திலும் மணிமேகலையிலும் இல்லறத்தார் இந்து தெய்வங்களையும் சமண பௌத்த தெய்வங்களையும் ஒரேசமயம் வழிபடும் சித்திரங்கள் உள்ளன. அத்தனை மதப்பிரிவுகளும் பங்கெடுத்து விவாதிக்கும் அறிவரங்குகளைப் பற்றியும் சந்தைகளில் நிகழும் பொது அரங்குகளைப் பற்றியும் விவரிக்கப்பட்டுள்ளன.

அனைத்துக்கும் மேலாக இந்தியாவில் இன்றும் பல்லாயிரம் சமணத்தலங்கள் உள்ளன. சொல்லப்போனால் இங்கே கட்டப்பட்ட அனேகமாக எல்லா சமண ஆலயங்களும்

இன்றும் வழிபாட்டு நிலையில் உள்ளன. அவற்றின் வரலாறுகள் சமணர்களால் விரிவாக எழுதப்பட்டுள்ளன. அவை அவ்வப்போது இஸ்லாமிய ஆட்சிக்காலத்தில் இடிக்கப்பட்டன என்றும் அப்போது மட்டுமே அங்கே வழிபாடுகள் நிகழவில்லை என்றும் அவை பதிவுசெய்கின்றன.

தமிழகத்திலேயே முக்கியமான சமண ஆலயங்கள் என இருபதையாவது சுட்டிக்காட்டமுடியும். பெரும்பாலானவற்றைச் சென்று பார்த்திருக்கிறேன். அவற்றில் பல ஆலயங்கள் பதினாறு, பதினேழாம் நூற்றாண்டுகளில் இந்துக்களான நாயக்க மன்னர்களால் கட்டப்பட்டவை, அல்லது விரிவாக்கம் செய்யப்பட்டவை. இந்தியாவின் பெரும்பாலும் அத்தனை சமண ஆலயங்களிலும் இந்து அரசர்களின் கொடைகள், திருப்பணிகள் நிகழ்ந்ததன் கல்வெட்டுச் சான்றுகள் உள்ளன. அவர்கள் அளித்த சிலைகளையும் பொருட்களையும் அவ்வாலயப் பதிவுகள் ஆவணப்படுத்தியிருக்கின்றன. சமணர்கள் பொதுவாக சீராக வரலாற்றுப் பதிவுகளைப் பேணும் வழக்கம் கொண்டவர்கள்.

பதினேழாம் நூற்றாண்டில் அச்சுதப்ப நாயக்கரின் காலகட்டம் வரைகூட பௌத்தப் பள்ளிகளுக்கு நிலம் அளிக்கப்பட்டதன் சான்றுகள் இங்குள்ளன. பக்தியார் கில்ஜியால் நாளந்தா அழிக்கப்படும்வரை வடஇந்தியாவில் பௌத்தம் ஒரு வலுவான மதமாகவே இருந்துள்ளது. ஔரங்கசீபின் கடும் தாக்குதல்களுக்குப் பின்னரும் சமணம் அழுத்தமாக நீடிக்கிறது. ஆனால் மேலே சொன்ன வரலாற்றாய்வாளர்கள் அவற்றை எல்லாம் கருத்தில்கொள்ள மறுப்பார்கள்.

இங்கே மதப்பூசல் நிகழவில்லை என்று சொல்லவில்லை. மதம் என்றாலே உறுதியான நம்பிக்கைதான். ஆகவே மதப்பூசல் நிகழ்ந்திருக்கும். இந்து மதத்திற்குள்ளேயே சைவ வைணவப்பூசல்கள் புகழ்பெற்றவை. தாந்த்ரீக மரபுகள் பக்திமரபால் அழித்தொழிக்கப்பட்டமையும் வரலாறே. பூசல்கள் வன்முறை நோக்கிச் செல்வதும், மதவழிபாட்டிடங்கள் அழிக்கப்படுவதும் கண்டிப்பாக ஆங்காங்கே நிகழ்ந்திருக்கும். அரசர்கள் மதநிலையங்களை சிதைத்த கதைகளும் சில உள்ளன. சோழர்கள் கர்நாடகத்தில் ஆலயங்களை இடித்துள்ளனர்.

கர்நாடக வீரசைவர்கள் குஜராத் வரைச்சென்று வைணவ ஆலயங்களை இடித்துள்ளனர். அவற்றை நானே விரிவாக எழுதியிருக்கிறேன்.

ஆனால் இந்து மதத்தின் மூன்று அம்சங்கள் காரணமாக அது உலகின் பிற பகுதிகளில் காணப்படும் மதஒழிப்பைச் செய்ததில்லை. ஒன்று அதிலுள்ள மூன்றடுக்கு வழிபாட்டுமுறை. குலதெய்வ வழிபாடும் பெருந்தெய்வ வழிபாடும் தத்துவத் தெய்வ வழிபாடுமாக மூன்று முறைமைகளையும் ஒரேசமயம் கடைப்பிடிப்பவர்கள் இந்துக்கள். இங்கே சமணம் வந்தபோது அது முதன்மையாக தத்துவத்தெய்வ வழிபாடாகவே இருந்தது. அதை ஏற்றுக்கொண்டபோதே கூடவே கிருஷ்ணன் போன்ற பெருந்தெய்வத்தையும் குலதெய்வங்களையும் மக்கள் வழிபட்டனர். ஒன்றைக் கைவிட்டு இன்னொன்றை தழுவும் முறை அன்று இருக்கவில்லை. ஆகவே ஒன்றுக்காக பிறிதொன்றை அழிக்கவேண்டிய தேவை இல்லை.

இரண்டாவதாக நாடுமுழுக்க பரவிய ஒற்றை நிறுவன அமைப்பு இந்துமதத்திற்கு இல்லை. கிளைகளாகப் பிரிந்து பரவும் அமைப்பு கொண்டது அது. ஆகவே ஒரு மதத்தையோ நம்பிக்கையையோ நெடுங்காலம் திட்டமிட்டு அழிப்பது அதற்குச் சாத்தியமில்லை.

மூன்றாவதாக அதன் அடிப்படைக் கொள்கையிலேயே ஏகம் சத்விப்ரா பஹுதாவதந்தி [உண்மை ஒன்றே. அணுகும் வழிகள் தான் மாறுபடுகின்றன] என்ற தரிசனமும் ஆறுகள் பல கடல் ஒன்றே போன்ற உவமைகளும் உள்ளன. அத்தனை மதஞானிகளும் வெவ்வேறு சொற்களில் அதைச் சொல்லியிருப்பார்கள். ஆகவேதான் பிறிதொரு மதத்தை உள்ளிழுக்கவே எப்போதும் இந்துமதம் முயல்கிறது. ஏசுவைக்கூட.

பெலவாடி என்ற ஆலயத்தின் கருவறையில் உள்ள வீரராகவப் பெருமாளின் மேல் உள்ள வளைவில் செதுக்கப்பட்டிருக்கும் பத்து அவதாரங்களில் பத்தாவதாக இருப்பவர் புத்தர். ஒவ்வொருநாளும் வழிபடப்படுபவர். கணிசமான இந்து ஆலயங்களில் அருகர்களின் சிலைகளைக் காணலாம். [அதை

வைத்துக்கொண்டே அவை சமண ஆலயங்களை இடித்துக் கட்டப்பட்டவை என ஒரு கோஷ்டி எழுதுகிறது. அத்தனை சமண ஆலயங்களிலும் கிருஷ்ணனும் விஷ்ணுவும் இருக்கிறார்களே என்று கேட்டால் மறுமொழி இருக்காது.]

ஆனால் மொத்த ஐரோப்பாவிலும் இன்று பாகன் வழிபாட்டிடங்கள் ஏதுமில்லை. பாகன் வழிபாட்டிடங்களை கிறித்தவ மரபோ அரசர்களோ பேணியமைக்கோ கட்டியமைக்கோ ஒரு சான்றுகூட இல்லை. பாகன் மரபை தொடர்ச்சியாகப் பின்பற்றுபவர்களும் அங்கே இல்லை. இதைத்தான் மதஅழிப்பு என்கிறேன்

நடுக்காலகட்டத்தில் ஐரோப்பாவில் நிகழ்ந்த குரூரமான மதவிசாரணைகளின் வரலாற்றை எவரும் மறைத்துவிட முடியாது. அவற்றை அவர்களே விரிவாகப் பதிவுசெய்திருக்கிறார்கள். இன்றும் ஐரோப்பாவின் மனசாட்சியை வேட்டையாடும் இருண்ட காலம் அது. ஏராளமான இலக்கிய ஆக்கங்கள் அதை ஒட்டி இன்றும் எழுதப்படுகின்றன.

அதற்குக் காரணம் இரண்டு. ஒன்று கிறிஸ்தவத்தின் ஒற்றைத்தரிசனம். பிறவற்றை பொய் என மறுக்கும் அதன் மைய உறுதி. அது இப்போதும்கூட அப்படித்தான். இரண்டு அது அதிகாரம் கொண்ட ஒற்றை அமைப்பாக உருவாகி வந்தமை.

பாகன் மதங்களுக்கு எதிராகவே கிறிஸ்தவம் ஐரோப்பாவில் பரவியது. பாகன் மதங்களை மறுத்தும் வென்றும் நிலை கொண்டது. பன்னிரண்டாம் நூற்றாண்டுமுதல் முந்நூறாண்டுக் காலம் தொடர்ச்சியாக நிகழ்ந்த ஐரோப்பிய மதவிசாரணைகளின் விளைவாகவே [Medieval Inquisition] பாகன் மதங்கள் சுவடில்லாமல் அழிக்கப்பட்டன.

அத்தகைய ஒரு மாபெரும் மதவிசாரணையும் ஒழிப்புச் செயல்பாடுகளும் இந்தியாவில் நிகழவில்லை. வரலாற்றை நோக்கினால் அப்படி நிகழவும் வாய்ப்பில்லை. இல்லை, ஐரோப்பாவில் மதவிசாரணைக் காலம் நிகழவேயில்லை, இந்தியாவில்தான் அது நிகழ்ந்தது என்று வாதிடமாட்டீர்கள் என நம்புகிறேன்.

உண்மையில் இந்தியாவில் பெரிய அளவில் மதஅழிப்பு நிகழ்ந்தது என்றால் பக்தி இயக்கத்தால் தாந்த்ரீக மதங்கள் அழிந்ததைத்தான் சொல்லவேண்டும். பக்தி மரபின் ஆசிரியர்களால் தாந்த்ரீகமரபுகள் கடுமையாக மறுக்கப்பட்டன. சமூகமாகவே மக்கள் அவற்றை புறக்கணித்தனர். அவை காலப்போக்கில் குறுங்குழுக்களாக மாறி அழிந்தன.

ஆனால் அவ்வாறு அழிக்கப்படும்போதே உள்ளிழுத்தலும் நிகழ்ந்தது. பக்தி மரபால் உருவாக்கப்பட்ட ஆலயங்களில் சிற்பங்களாக, வழிபாட்டுச் சடங்குகளாக தாந்த்ரீகமரபு உருமாறி நீடிக்கிறது.

இந்தியாவில் பௌத்தம் உயர்நிலை மதமாகவே இருந்தது. அது போதிசத்வ வழிபாட்டை மட்டுமே மக்களுக்குரியதாக முன்வைத்தது. ஆகவே அது எளிதில் அழிந்தது. சமணம் மேலும் தீவிரமாக நீடித்தது. பத்தாம் நூற்றாண்டுக்குப்பின் பக்தி இயக்கத்தால் மெல்லமெல்ல அது வெல்லப்பட்டது. அவ்வாறு சமணம் வெல்லப்பட்டதன் சித்திரத்தை மிக விரிவாகவே எழுதி யிருக்கிறார்கள். கலைகள், பெரிய திருவிழாக்கள், பேராலயங்கள், அத்தனை சாதிகளையும் உள்ளிழுத்து ஆலய வழிபாட்டின் பகுதிகளாக ஆக்கும் மண்டகப்படி முதலிய வழிமுறைகள் ஆகியவையும் ஆலயங்களை நம்பி நிலநீர் நிர்வாகம் உருவானதும் சமணம் பின்னகரக் காரணமாக அமைந்தது.

ஆனால் பதினேழு பதினெட்டாம் நூற்றாண்டுகளில்கூட சமணம் இருந்திருக்கிறது. மிகமெல்ல சமண ஆலயங்கள் கைவிடப்படுவதை எச்.சி.பேட்ஸ் போன்ற வெள்ளை ஆட்சியாளர்கள்கூட பதிவுசெய்திருக்கிறார்கள். இன்றும்கூட தமிழகத்தில் சமணர்களின் ஊர்கள் பல உள்ளன.

பதினைந்தாம் நூற்றாண்டின் தொடக்கத்தில் மதவிசாரணை களின் கொடுங்காலம் முடிந்து ஐரோப்பாவில் பண்பாட்டு மறுமலர்ச்சி உருவானது. கிறிஸ்தவம் மெல்ல தன்னை மாற்றுருவாக்கம் செய்துகொண்டது. ஐரோப்பாவின் மறுமலர்ச்சி மட்டும் அல்ல அது கிறிஸ்தவத்தின் மறுமலர்ச்சியும்கூட. நீங்கள் சொல்லும் அத்தனை ஏற்புகளும் அப்போது நிகழ்ந்தவை.

மைக்கேலாஞ்சலோவும் ராஃபேலும் அந்த மறுமலர்ச்சியின் முகங்கள்.

அப்போது இருவகைகளில் பாகன் பண்பாடு மீட்டு எடுக்கப்பட்டது. ஒன்று கிறிஸ்தவத்திற்குள்ளேயே கலைமரபாக அது வந்தமைந்தது. ஓர் எல்லைக்குள் அறிவியலிலும், தத்துவத்திலும் பாகன் மரபு ஏற்கப்பட்டது.

கிறிஸ்தவம் பாகன் மரபுகளை அழித்தது என்பது எவ்வளவு உண்மையோ அதேயளவு உண்மை அது பிற்காலத்தில் பாகன் மரபுகளை உள்வாங்கிக் கொண்டது என்பது. நேரடியாகவும் மறைமுகமாகவும். தொன்மையான கிரேக்க கலை, தத்துவ மரபுகளை அது தன்னுள் வளர்த்தெடுத்தது. இறையியலின் தர்க்க அடிப்படைகள் கிரேக்க தத்துவமரபிலிருந்து பெறப்பட்டவை. கிறிஸ்தவத்தின் வளமான கலைமரபு பாகன் மரபின் மறு உருவாக்கம்.

நான் என் வரலாற்று உருவகத்தை உருவாக்கிக்கொள்ளவே இவற்றைப் பேசுகிறேன். நேற்றை திரும்பி நோக்கி இது தவறு, இது இதைவிட மேல் என்று சொல்வதற்காக அல்ல. இந்துமதத்தை நம்புகிறவன் என்பதனால் அதை ஒருபடி மேலே வைக்கும் நோக்கம் எனக்கில்லை என உண்மையிலேயே சொல்ல விரும்புகிறேன். அதை கறாராக அணுகவே விரும்புவேன். ஏனென்றால் அந்த கண்மூடித்தனமான பற்று காரணமாகவே அதில் தேவையற்றவை நீடிக்கவும் வளரவும் இடமளிப்பவர்களாக நாம் ஆகக்கூடாது என்பதே என் எண்ணம்.

அதேபோல நான் உலகப்பண்பாட்டுக்கு கிறிஸ்தவத்தின் கொடையை ஒருபோதும் மறுப்பவனும் அல்ல. அப்படி யென்றால் ஏன் இதைச் சொல்கிறேன்? ஒரு சிந்தனை ஒற்றைப் படையாக, நிறுவனமாக ஆகும்போது அது பண்பாட்டின் இயல்பான பன்மைத்தன்மையை அழிக்கிறது என்றும் பன்மைத் தன்மையினூடாகவே பண்பாடு வளரமுடியும் என்றும் நம்புகிறேன். ஆகவே ஒற்றைமையமாக்கம், நிறுவனமாக்கம் ஆகியவற்றை நான் ஏற்பதில்லை. அதை வரலாற்றில் சுட்டவே மத்தியகால ஐரோப்பிய மதவிசாரணைகளைச்

இந்து மெய்மை ❈ 125

சுட்டிக்காட்டுகிறேன். இந்துமதத்தை மத்தியகால கிறித்தவம்போல ஆக்கவிரும்பும் குரல்களை நிராகரிக்கவே அதைச் காட்டுகிறேன். நாம் முன்னுதாரணமாகக் கொள்ளவேண்டியது ஐரோப்பிய மறுமலர்ச்சியை என்றும் சொல்கிறேன். இவற்றை பலமுறை பல்வேறு சொற்களில் எழுதியிருப்பேன்.

***

மாட்டிறைச்சி – அரசியலும் பண்பாடும்

மாட்டிறைச்சித்தடை மற்றும் தாத்ரி படுகொலை பற்றி என்னிடம் வினவி பல கடிதங்கள் வந்தன. ஒட்டுமொத்தமாக பதில் இது. உடனடி நிகழ்வுகளில் எதிர்வினையாற்றுவதிலுள்ள இடர்களை எண்ணி நான் தயங்குவது வழக்கம். இதிலுள்ள சில கேள்விகள் தனிப்பட்ட முறையில் என்னிடம் கேட்கப்பட்டவை. என்பதுடன் வழக்கமான பொது எதிர்வினைக்கு அப்பால் சென்று விளக்கமும் கோருபவை என்பதனால் சுருக்கமாக.

ஆனால் இதைத்தொடர்ந்து விவாதிக்க விரும்பவில்லை. வெறுப்பின் மொழியில் பேசும் எதிர்வினைகளை வெளியிடவும் போவதில்லை—வெறுப்பின் இரு பக்கங்களையும்.

பண்டைய இந்தியாவில் மாட்டிறைச்சி உண்ணப்பட்டதா?

ஆம், இதை பண்டைய இந்தியாவை ஆராய்ந்து எழுதிய அனேகமாக அத்தனை ஆய்வாளர்களும் எழுதியிருக்கிறார்கள். ஏனென்றால் வேதங்கள் முதல் மகாபாரதம் வரை இதற்கான ஆதாரங்கள் ஏராளமான பதிவாகியிருக்கின்றன. பசு வேள்விகளில் பலியிடப்பட்டது. மானுடரின் சிறந்த உணவே தெய்வங்களுக்கு அளிக்கப்பட்டது. பசுவைப் பங்கிடுவதைப் பற்றிய வேதக்குறிப்புகள் உள்ளன. இளம்கன்றின் இறைச்சியே நல்ல சுவையான உணவு என்றுகூட சொல்லப்படுகின்றது.

வேதகால ஷத்ரியர் மட்டும் அல்ல பிராமணர்களே கூட மாட்டிறைச்சி உண்டவர்கள்தான். உபநிடத ரிஷிகளில் முதன்மை யானவரும் வைதிகப் பிராமணருமான யாக்ஞவல்கியர்

மாட்டிறைச்சி உண்டதை நாம் பிரஹதாரண்ய உபநிடதத்தில் காண்கிறோம்.

திரிசிரஸின் தலையை வெட்டிய தேவதச்சனுக்கு பலியாக அளிக்கப்படும் பசுவின் தலையை பரிசாக இந்திரன் அளிக்கும் கதை மகாபாரதத்தில் குறிப்பிடப்படுகிறது. வேதகாலத்தைச் சேர்ந்த தொன்மையான கதை அது. வேள்விப்பசுவின் ஊனை மிகச்சரியாக பங்கிடும் தேவபாக ஷ்ரௌதர் என்னும் ரிஷியைப்பற்றி மகாபாரதமும் அதற்கு முன்னரே உள்ள நூல்களும் சொல்கின்றன. அப்படி ஏராளமான கதைகளும் குறிப்புகளும் உள்ளன.

விவேகானந்தர் மாட்டிறைச்சி உண்டாரா?

ஆம், உண்டார் என்பது மட்டும் அல்ல, இளைஞர்கள் உடல்வல்லமை பெற உண்ணவேண்டும் என வாதிடவும் செய்தார். கப்பல் பயணத்தில் கொத்திய மாட்டிறைச்சியை விவேகானந்தர் உண்பதைக் கண்டு திகைத்து அதைப்பற்றிக் கேட்ட ஒரு பிராமணருக்கு அவர் அளித்த விளக்கத்தை நாம் அவரது வரலாற்றிலே காணமுடியும்.

விவேகானந்தர் பிறந்த வங்கச்சூழலில் சாக்தம் வலுவான அமைப்பாக இருந்தது. மது, மாமிசம் இரண்டும் சாக்தபூஜையின் அம்சங்கள். அங்கே பிராமணர்கள்கூட சாக்த பூசையில் படைக்கப்பட்ட ஊனுணவை உண்பதுண்டு. மிகப்பெரிய பூசைகளில் அதர்வவேத முறைப்படி பசு பலியிடப்படுவதும் உண்டு. அவ்வூனை அவர்கள் உண்ணும் வழக்கம் இருந்தது.

பசுக்களைக் கொல்லக்கூடாது என்னும் எண்ணம் எப்படி உருவானது?

வேத-உபநிடத கால இந்தியாவில் நிலம் அளவற்று விரிந்துகிடந்தது. மிகச்சில பகுதிகளிலேயே மக்கள் நிலைபெற்று வாழ்ந்து வேளாண்மை செய்யத் தொடங்கியிருந்தனர். இந்நிலையில் மிக லாபகரமான தொழில் என்பது மேய்ச்சலே. பல்லாயிரம் மாடுகளை மேய்க்க ஓரிரு மனிதர்களே போதும் என்பதனால் உபரி அதிகம்.

ஆகவேதான் பண்டைய இலக்கியங்கள் மேய்ச்சல் தொழில் செய்த மக்களையும் இடையர் கிராமங்களையும் பற்றி அதிகம் பேசுகின்றன. மாடுகளின் எண்ணிக்கையும் எப்போதும் ஆயிரங்களில்தான் சொல்லப்படுகின்றன.

ஆனால் அத்தனை மாடுகளின் பாலும் பயன்படுத்தப்பட்டிருக்க முடியாது. ஏனென்றால் அன்று மாடுகள் அதிகமும் காடுகளின் ஓரங்களிலேயே மேய்க்கப்பட்டன. நகரங்கள் நதிக்கரைகளிலும் கடற்கரைகளிலும் அமைந்திருந்தன. பாலைச் சேமிக்கவோ வினியோகம் செய்யவோ முடியாது. நெய்யே மாடுகளிலிருந்து பெறப்படும் முக்கியமான வணிகப்பொருள். உணவாகவும் இல்லங்களில் எரிபொருளாகவும். கூடவே மாட்டிறைச்சி. அத்தனை மாடுகளையும் உண்ணாமல் எவரும் வளர்க்கமாட்டார்கள்.

பின்னர் வேளாண்மைச்சமூகம் வளர்ந்து விளைநிலம் பெருகியபோது மாடுகளின் எண்ணிக்கை குறைந்தபடியே வந்தது. ஆங்காங்கே வந்த பஞ்சங்களைப்பற்றி மகாபாரதத்திலேயே குறிப்புகள் உள்ளன. இந்தியப்பெருநிலம் என்றுமே மழையை நம்பி இருப்பது. மழை நிலையற்றது.

பஞ்சகாலங்களில் மக்கள் மாடுகளைக் கொன்று உண்பார்களென்றால் பஞ்சம் விலகி மீண்டும் மாடுகள் தேவையாகும்போது அவை இல்லாமலாகிவிடக்கூடும். ஆகவே பசுக்கொலை தடைசெய்யப்பட்டது. முன்னரே மாடுமேய்க்கும் சமூகங்களில் கன்றுபோடும் நிலையில் உள்ள பசுக்களைக் கொல்வதற்கு தடை இருந்திருக்கலாம். கன்றீன்று பாலூட்டும் பசு அன்னை என்ற நிலையில் பார்க்கப்பட்டிருக்கலாம். அந்த மனநிலை மேலும் நீட்டிக்கப்பட்டது.

அமெரிக்க மானுடவியலாளரான மார்வின் ஹாரீஸ் மாட்டிறைச்சி உண்பதற்கான இந்த ஆசாரத்தடை பற்றி எழுதிய கட்டுரைகள் கொண்ட நூலான 'பசுக்கள் பன்றிகள் போர்கள்' [மொழியாக்கம் துக்காராம் கோபால்ராவ்] தமிழில் மொழியாக்கம் செய்யப்பட்டு வெளிவந்துள்ளது. செ.திவான் எழுதிய 'ஆரியப்பாதையில் பசுவதை' என்ற நூல் பண்டைய

இந்தியாவில் பசுக்கொலை இருந்ததைச் சுட்டும் அனைத்து மூலவரிகளையும் ஒரே நூலில் தொகுத்து அளிக்கிறது.

சங்ககாலப்பாடல்கள் தமிழகத்தில் மாட்டிறைச்சி உண்பது இயல்பான களியாட்டமாக இருந்ததைக் காட்டுகின்றன. ஆநிரை கவர்ந்து வந்து அவற்றை கொன்று உண்டு அந்த கொழுப்பை வில்லின் நாணிலேயே தேய்த்துவிட்டு உடனே மீண்டும் ஆநிரை கவரச்செல்லும் தலைவனைப்பற்றி சங்கப்பாடல் வியந்து பாடுகிறது.

பசுக்கொலைத்தடை பாகவதத்தில் கிருஷ்ணனின் வாயால் சொல்லப்படுகிறது. இந்திரனுக்கு பசுக்களை பலிகொடுத்து அவ்வூனை உண்டு மகிழ்வது யாதவர்களின் வழக்கமாக இருந்தது. அதைத் தடைசெய்யும் கிருஷ்ணன் இனிமேல் யாதவர் மந்தார மலையை வழிபட்டால் போதும் என்று ஆணையிடுகிறார். ஏறத்தாழ இந்தக்காலகட்டமே பசுக்கொலைக்கு எதிரான ஆசாரபூர்வமான தடை உருவாகிவந்த தருணம்.

நடைமுறை நோக்கம் கொண்ட இத்தகைய தடைகள் எந்த பண்டைய சமூகங்களிலும் குலஆசாரங்களாகவும், மதம்சார்ந்த தடைகளாகவும் மாற்றப்பட்டுதான் நிலைநிறுத்தப்படும். அவை காலப்போக்கில் மிகமிகக் கடுமையான நம்பிக்கைகளாக மாறிவிடும். மாடுகளைக் கொலைசெய்வதும் மாட்டிறைச்சி உண்பதும் அவ்வாறு ஆகியது.

ஆனால் இறந்த மாடுகள் எப்படியும் உண்ணப்பட்டிருக்கத்தான் வேண்டும். அவற்றின் தோல் பயன்படுத்தப்படாமலிருக்க முடியாது. ஏனென்றால் மாட்டின் தோல் என்பது அன்றும் மிகமிக அவசியமானது. குதிரைச்சேணம், காலணிகள், நீர் இறைக்கும் துலாக்கள், பலவகையான நாடாக்களுக்கு அது அவசியம். ஆகவே மாட்டை உண்ணக்கூடிய, தோலை உருவாக்கக்கூடிய ஒரு சமூகத்தட்டு நிலைநிறுத்தப்பட்டது. ஆனால் அவர்கள் இழிசினராக தரப்படுத்தப்பட்டனர்.

இவையெல்லாமே சமூகவியல்–பொருளியல் காரணங்களால் உருவாகிவந்த ஆசாரங்கள் மற்றும் மனநிலைகள். ஆனால் இவற்றை நிரந்தரமாக ஆக்க மதநெறியாக மாற்றிக்கொள்ள

வேண்டியிருக்கிறது. வலுவான நம்பிக்கையாக உணர்ச்சிகரமான நிலைப்பாடாக அவை நீடிக்கவேண்டியிருக்கிறது.

இந்துமதம் மட்டும் அல்ல சமண, பௌத்த, சீக்கிய மதங்களும் இந்த விலக்கையும் உணர்ச்சிநிலைகளையும் ஏற்றுக்கொண்டன. ஏற்றுக்கொண்டே ஆகவேண்டும், ஏனென்றால் அவை சமூகத்தில் வலுவாக வேரூன்றிய அவசியத்தேவையாக இருந்தன.

பின்னர் இந்தியாவைத் தாக்கிய பெரும்பஞ்சங்களில் இந்தியக் கால்நடைகள் கூட்டம் கூட்டமாகச் செத்தழிந்தபோதுகூட பசுக்கள் பிழைத்து இன்றியமையாத உயிர்நீட்சியை தக்கவைத்துக் கொண்டமைக்கு இந்த ஆசாரம் காரணமாக அமைந்தது என்று மெர்வின் ஹாரீஸ் குறிப்பிடுகிறார்.

பசுவதை என்பது வலுவான குறியீட்டுச் செயல்பாடாக எப்படி ஆகியது?

வேளாண்மை சாராத பாலைவன, அரைப்பாலைவனப் பண்பாடு கொண்ட இஸ்லாம் பசுக்களைப்பற்றி இத்தகைய ஆசாரத்தடையோ தயக்கமோ கொண்டிருக்கவில்லை. ஆனால் பாலைவனத்தில் பன்றியை உண்ணத் தடை இருந்தது. அது இஸ்லாம் உருவாக்கிய தடை அல்ல என்கிறார் மார்வின் ஹாரீஸ். முன்னரே இருந்த தடையை இஸ்லாம் மதநெறியாக வகுத்து அளித்தது

ஏனென்றால் பன்றி மனிதனால் உண்ணப்படச் சாத்தியமான மாவுணவை உண்ணும் விலங்கு. பன்றி இறைச்சி அனுமதிக்கப் பட்டால் மனிதர் உண்ணும் உணவை அதற்கு அளித்து அதை வளர்ப்பார்கள். பல மனிதர் உண்ணும் உணவை உண்டு வளரும் பன்றி ஒருவருக்கு சுவையான உணவாக ஆகும். அது மனிதனை மனிதன் உண்பதற்கு நிகர். மாவுணவு மிக அரிதாக இருந்த பாலைவனங்களில் பன்றி தடைசெய்யப்பட்டது இதனால்தான். நாயும் இதனாலேயே விலக்கப்பட்டது.

இந்தியாவுக்கு வந்த இஸ்லாமியப் படையெடுப்பாளர்கள் உணவுக்காக மாடுகளைக் கொள்ளையடிப்பது சாதாரணமாக நிகழ்ந்தது. பசுக்களைக் கொன்று உண்பதும் அவர்களுக்குத்

தவறாக இருக்கவில்லை. இந்தியாவிலேயேகூட கொள்ளையை தொழிலாகக் கொண்ட வறண்ட நிலத்தின் மக்கள் மாட்டிறைச்சியை விரும்பி உண்பதை நாம் காண்கிறோம்.

அத்துடன் இந்தியாவுக்கு இஸ்லாம் வரும்போது மாட்டிறைச்சி உண்பது என்பது உயர்சாதி இந்துக்களுக்கு மிகமிகக் கடுமையாக விலக்கப்பட்டதாக இருந்தது. எவ்வகையில் ஆனாலும் மாட்டிறைச்சியை உண்ண நேர்ந்தவன் தன் சாதியை இழப்பான் என்று உறுதி இருந்தது.

ஆகவே இஸ்லாமியர் கட்டாய மதமாற்றத்திற்கான வழிமுறையாக மாட்டிறைச்சியை உண்ணச் செய்வதை ஒரு வழக்கமாக கொண்டிருந்தனர். மாட்டிறைச்சியை ஒரு கையிலும் வாளை மறுகையிலும் ஏந்தி மதமாற்றம் செய்தனர். மறுத்தமைக்காக பல்லாயிரம்பேர் ஒரேநாளில் கொன்று குவிக்கப்பட்டிருக்கின்றனர். இது இஸ்லாமிய ஆட்சியாளர்களின் வரலாற்றாசிரியர்களாலேயே விரிவாகப் பதிவுசெய்யப்பட்டுள்ளது. மதம் மாறியதுமே ஓர் அடையாளமாக மாட்டிறைச்சி உண்பது இன்றும் வழக்கமாக உள்ளது.

இறுதியாக போர்ச்சுக்கல்காரர்கள் கோவாவில் நிகழ்த்திய மதவிசாரணை என்னும் கட்டாய மதமாற்றத்திலும் 1941ல் கேரளத்தில் நிகழ்ந்த மாப்பிளைக் கலவரத்திலும் மாட்டிறைச்சி ஊட்டி மதத்தை அழிக்கும் செயல் நிகழ்ந்துள்ளது. ஏறத்தாழ ஐநூறாண்டுக்காலம் இந்த மத ஒடுக்குமுறையை வட இந்தியா அனுபவித்ததன் கசப்புகள் அங்கு வலுவாக உள்ளன.

விஜயநகரத்தால் காக்கப்பட்டு நேராக வெள்ளையர் ஆட்சிக்குள் சென்ற தென்னிந்தியர்களுக்கு அதன் வீச்சு புரியாது. எனவே அந்த உணர்வுநிலைகளும் இங்கே இல்லை.

ஆகவே வட இந்தியா முழுக்க மாட்டிறைச்சி என்பது இருகோணங்களிலும் வலுவான வெறுப்பை நிறைத்துள்ள ஒரு செயல்பாடாக இருக்கிறது. ஒன்று அது அவர்களின் சாதி–மத ஆசாரங்களால் தடுக்கப்பட்டுள்ளது. இரண்டு, அதை மத வன்முறையின் அடையாளமாகவே காண்கிறார்கள். இன்றும் மாட்டிறைச்சி என்பது அவர்களுக்கு ஓர் உணவு

அல்ல, அடையாளம். ஆகவேதான் அங்குள்ள அத்தனை அரசியல்கட்சிகளும் மாட்டிறைச்சி விஷயத்தில் கருத்துத் தெரிவிக்காமல் பம்முகின்றன.

நவீன இந்தியாவில் மாட்டிறைச்சி என்னும் குறியீடு

இந்திய மறுமலர்ச்சியின் காலகட்டத்தில் மாட்டிறைச்சி முக்கியமான ஒரு குறியீடாக எழுந்து வந்தது. அன்று இந்தியாவை ஆண்ட பிரிட்டிஷாரின் அதிகாரத்தின் அடித்தளம் என்பது இந்தியாவின் உயர்சாதிகளான பிராமணர் மற்றும் வைசியர்களே. அவர்களுக்கு தங்கள் சுரண்டலில் பங்களித்து அவர்களின் மரபான அதிகாரத்தை தக்கவைக்க உதவித் தங்கள் ஊர்தியாக பயன்படுத்திக்கொண்டனர் பிரிட்டிஷார்.

அந்த உயர்குடிகளிலிருந்தே ஆங்கிலக்கல்வி மூலம் ஒரு புதியதலைமுறை உருவாகி வந்தது. ஜனநாயகம், சுதந்திரம் முதலிய கருத்துக்களை அறிந்தது. இந்தியா விடுதலை பெறவேண்டுமென்ற எண்ணம் எழுந்தது. அவர்கள் பிரிட்டிஷாருக்கு எதிராக இந்திய உயர்குடியினரை எழச்செய்யும் முக்கியமான ஆயுதமொன்றைக் கண்டடைந்தனர். அது மாட்டிறைச்சி.

முன்னரே -1857ல் நிகழ்ந்த இந்தியாவின் முதல் தேசிய எதிர்ப்பு என்று சொல்லப்படும் சிப்பாய்க் கலவரத்தில் மாட்டிறைச்சியே முக்கியமான எதிர்ப்புக் காரணியாக அமைந்தது. துப்பாக்கி ரவைகளில் மாட்டிறைச்சிக் கொழுப்பு பூசப்பட்டிருந்ததும் அதை வாயால் கடித்து சுடவேண்டும் என்ற கட்டாயமும்தான் அக்கிளர்ச்சியை உருவாக்கிய கோபத்திற்குக் காரணமாக அமைந்தன.

விந்தையான ஒன்றுண்டு. அதேபோல பன்றிக்கொழுப்பும் பூசப்பட்டிருந்தமையால் இஸ்லாமியரும் பிரிட்டிஷாருக்கு எதிராகக் கிளர்ந்து எழுந்தனர். இந்துச் சிப்பாய்களும் இஸ்லாமியச் சிப்பாய்களும் இணைந்தே களத்தில் நின்றனர். ஆனால் பின்னர் இந்த முதல் ஆயுதக்கிளர்ச்சியை நுணுகி ஆராய்ந்த இந்திய ஆரம்பகட்ட சுதந்திரப் போராட்ட

சித்தாந்திகள் இதிலிருந்த மாட்டிறைச்சி வெறுப்பு என்னும் வாய்ப்பான ஆயுதத்தை கண்டடைந்தனர்.

மாட்டிறைச்சி தின்பவர்களா உங்கள் அரசர்கள், அவர்களுக்கா அடிமைவேலை செய்கிறீர்கள்? – என்னும் கேள்வி உண்மையி லேயே மிகமிக வலுவானதாக இருந்தது. அதை முதன்மை ஆயுதமாக எடுக்கவேண்டிய ஒரு கட்டாயமும் அன்றிருந்தது.

பிரிட்டிஷ் ஆட்சி தெய்வங்களின் ஆணையால் அமைந்தது என்னும் எண்ணம் வட இந்திய உயர்குடி இந்துக்களிடையே இருந்தது. அவர்கள் ஐநூறாண்டுக் காலமாக அஞ்சி வெறுத்த இஸ்லாமிய ஆட்சியிலிருந்தும் மத ஒடுக்குமுறைகளிலிருந்தும் அவர்களை விடுதலை செய்தது பிரிட்டிஷ் ஆட்சியே. அது அவர்களின் மதச்சுதந்திரத்தை உறுதிசெய்தது. ஆலயங்களை காப்பாற்றியது. அவர்களின் நடமாட்ட உரிமையை மீட்டளித்தது. நில உரிமையை உறுதிசெய்தது. புறவயமான நீதிமுறையை அளித்தது.

ஆகவே அதன் கடுமையான பொருளியல் சுரண்டல் அவர்களின் கண்களுக்குப் படவில்லை. அது உருவாக்கிய மாபெரும் பஞ்சங்களுக்கு அவர்களை மக்கள் பொறுப்பாக்கவு மில்லை.

ஆனால் மாட்டிறைச்சி தின்பவர்கள் என பிரிட்டிஷார் வரையறுக்கப்பட்டபோது உயர்சாதியினர் மனதில் இருந்த அவர்கள் மீதான ஏற்புநிலை இல்லாமலாகியது. தவிர்க்கமுடியாத அல்லது எதிர்க்கமுடியாத ஓர் ஆதிக்கமாக அவர்கள் பிரிட்டிஷ் ஆதிக்கத்தைப் பார்க்கத் தொடங்கினர்.

பசுவதைக்கு எதிரான போராட்டமே இந்திய சுதந்திரப் போராட்டத்தின் முன்னோடியாக அமைந்த இந்துமறுமலர்ச்சி இயக்கத்தின் ஆதிவடிவம் என்பது பலருக்கும் தெரிந்திருக்காது. ஆரியசமாஜம் அதை முன்னெடுத்தது. விவேகானந்தர் அதை சற்றுக் கசப்புடன் நிராகரிப்பதைக் காணலாம்.

ஆரம்பகால இந்தியச் சுதந்திரப் போராட்ட வீரர்கள் அனைவரின் எழுத்துக்களிலும் பிரிட்டிஷாரை மிலேச்சர்

என்று குறிப்பிடும் போக்கு இருந்தது. திலகரும் அரவிந்தரும் அவ்வாறே எழுதினர். பாரதியும் வாஞ்சிநாதனும் அவ்வாறு குறிப்பிட்டிருப்பதை நாம் காணலாம்.

காந்தியும் பசுவதையும்

காந்தி இருவகையில் பசுக்கொலையை எதிர்த்தார். ஒன்று அவரது சமண – வைணவப் பின்புலம் சைவ உணவை [அதை அங்கே வைஷ்ணவ உணவு என்கிறார்கள்] கொண்டது. கொல்லாமை அவர்களின் முக்கியமான நெறி. காந்தி அதைவிட்டு ஒருபோதும் விலகியதில்லை. ஆகவே பசுவைக் கொல்வதை பெரும்பாவம் என்றே அவரது மனம் எண்ணியது.

இரண்டாவதாக, அன்று இந்திய அரசியலில் அவர் நுழைந்த போது பசுவதை முதன்மையான அரசியல் செயல்திட்டமாக இருந்தது. அதுதான் பிரிட்டிஷாருக்கு எதிரான மனநிலைகளை ஒன்றுதிரட்டியது.

ஆனால் அது திலகரின் அரசியல். அது கடுமையான பிரிட்டிஷ் இனஎதிர்ப்பை உள்ளடக்கமாகக் கொண்டது. காந்திக்கு அது உவப்பாக இருக்கவில்லை. எதிரியை இழிவாக எண்ணுவது, வெறுப்பது, பிறபண்பாடுகள் மேல் கசப்பை வளர்ப்பது அவரது வழி அல்ல. அவர் பிரிட்டிஷாரை வரலாற்றின் களத்தில் எதிர்பாத்திரம் வகிப்பவர்களாகவே நினைத்தார். அவர்களுடன் விவாதிக்க எப்போதும் முயன்றார்.

ஆகவே பசுவதை பற்றிய அவரது கருத்துக்கள் படிப்படியான மாற்றங்கள் கொண்டவையாக இருந்தன. பசுவதையை அவர் கடுமையாக நிராகரித்தார். பசுவதையை இஸ்லாமியர் கைவிடவேண்டும் என்று அவர்களிடம் கோரினார். அதற்காக இஸ்லாமியரை கட்டாயப்படுத்தக்கூடாது என்ற நிலைப்பாட்டை வந்தடைந்தார். சட்டபூர்வமாக பசுவதையைத் தடைசெய்வதை ஏற்கமாட்டேன் என்றார்.

மாட்டிறைச்சி சார்ந்து உருவான தேசிய உணர்ச்சி என்பது மெல்ல மெல்ல இந்துமதம் சார்ந்ததாகவும் இஸ்லாமியரை வெளியே தள்ளுவதாகவும் அமைவதை உணர்ந்தார் காந்தி.

இஸ்லாமியரை உள்ளடக்காத ஒரு தேசிய உணர்ச்சி என்பது ஒருபோதும் முழுமையடையாது என எண்ணியே அவர் கிலாஃபத் இயக்கத்தை ஆதரித்தார்.

காந்திய அரசியல் இந்தியச் சுதந்திரப் போராட்டத்தை மிக நுணுக்கமாக பசுவதை போன்ற மதம் சார்ந்த விஷயங்களை விட்டு பொருளியல் சார்ந்து திருப்புவதை நாம் காணலாம். மாடு தின்பவர்கள் என்ற அடையாளத்தில் இருந்து பிரிட்டிஷாரை வெளியே கொண்டுசென்று பொருளியல் சுரண்டல் செய்பவர்கள் என்ற அடையாளத்தை அவர்களுக்கு அவரது போராட்டங்கள் அளித்தன.

அன்னியப்பொருள் மறுப்பு, உப்புசத்யாக்கிரகம் போன்றவை பிரிட்டிஷாரின் பொருளியல் சுரண்டலை வெளிப்படுத்தும் நோக்கம் கொண்டவை. அதேசமயம் பிரிட்டிஷ் நிர்வாகம் மற்றும் நீதிமுறை பற்றிய மதிப்பை காந்தி துறக்கவுமில்லை. பிரிட்டிஷாரை வெறுப்புடன் அடையாளப்படுத்தும் அனைத்தையும் மெல்ல மெல்ல கரைத்து அழித்தார். அதுவே காந்திய வழிமுறை.

மாட்டிறைச்சி இந்துக்களுக்கு விலக்கப்பட்டுள்ளதா?

இந்து என எவரை வகுத்துக் கொள்கிறோம் என்பதைப் பொறுத்தது அது. நம் இந்துத்துவர்கள் தேசியம் பேசும்போது அனைத்து இந்துக்களையும் உள்ளடக்குவார்கள். ஆசாரம் பேசும்போது வைதிகமரபை ஏற்றுக்கொண்டவர்களை மட்டுமே இந்துக்கள் என்பார்கள், பிறரை அம்மரபை ஏற்றுக்கொள்ள வேண்டியவர்கள் என முத்திரையிடுவார்கள்.

பொதுவாக சமண, சைவ, வைணவ பெருமதங்களின் செல்வாக்கு மிகுந்த இடங்களிலேயே மாட்டிறைச்சி உண்பதற்கான விலக்கு வலுவாக உள்ளது. கேரளம், அஸ்ஸாம், வங்கம் போன்றவை சாக்தம் இருந்த இடங்கள். அங்கே மாட்டிறைச்சி கடுமையாக விலக்கப்பட்ட ஒன்று அல்ல. கேரளத்தில் ஊன் உண்பவர்களில் பெரும்பாலானவர்கள் மாடும் உண்பவர்களே.

பௌத்தம் அகிம்சையை வலியுறுத்திய மதம். ஆனால் அது மலைப்பகுதிகளில் ஊனுணவை ஏற்றுக்கொண்டது. ஆகவே இமயமலைப்பகுதிகளிலும் வடகிடக்கு மாகாணங்களிலும் ஊனுணவு அனுமதிக்கப்பட்டுள்ளது. அங்கே மாட்டிறைச்சியை புத்தபிக்ஷுக்களும் உண்கிறார்கள்.

இந்தியாவிலுள்ள போர்ச்சாதிகளில் பலர் மாடு உண்பவர்கள். அடித்தள மக்களான தலித்துக்கள் மற்றும் பழங்குடிகள் மாடு உண்பவர்கள். இவர்களை எல்லாம் இந்துக்கள் அல்ல என்று முழுமையாகத் தவிர்த்துவிட்டு வரையறுத்தால் மட்டுமே இந்துக்களுக்கு மாட்டிறைச்சி விலக்கப்பட்டுள்ளது என்ற ஒற்றை வாக்கியத்தைச் சென்றடைய முடியும்.

அவர்கள் மரபாக உண்டுவரும் உணவை விலக்கினால்தான் அவர்களை இந்துக்களாகக் கொள்ள முடியும் என்றால் அது மையமரபை அவர்கள் மேல் வலுக்கட்டாயமாக சுமத்துவதேயாகும்.

நேரடியாக முகலாயர் ஆட்சிக்குக் கீழே இருந்த இந்திய மையநிலத்தில் மாட்டிறைச்சிக்கு எதிராக உள்ள கடுமையான வெறுப்பும் மறுப்பும் பிறநிலங்களில் இல்லை. இங்கெல்லாம் மரபாக மாட்டிறைச்சி உண்ணாதவர்களும் சென்ற அரைநூற்றாண்டுக்காலத்தில் இயல்பாக மாட்டிறைச்சி உண்கிறார்கள்.

அத்துடன் இந்நாட்டின் குடிமக்களில் கணிசமானவர்களான இஸ்லாமியரும் கிறிஸ்தவர்களும் மாட்டிறைச்சி உண்கிறார்கள். இந்துக்களில் பெரும்பான்மையாக உள்ள ஒரு வட்டம் இந்தியர்கள் அனைவருக்கும் மாட்டிறைச்சியை அதிகாரம் மூலம் மறுப்பதென்பது அப்பட்டமான ஜனநாயக மீறல், ஃபாசிசம்.

ஆசாரங்களின் அரசியல்

சாமானிய இந்துக்களின் சாபக்கேடாக ஒன்றை விவேகானந்தர் சொல்கிறார். அவர்களின் மதம் என்பது வயிற்றில் உள்ளது. எதை உண்பது, எப்படி உண்பது, எங்கே உண்பது என்பதே

அவர்களின் மதசிந்தனையாக எப்போதும் பேசப்படுகிறது. அந்த மனநோய்க்கூறிலிருந்து விடுபடாது இந்தியாவுக்கு மீட்பில்லை. சுவாமி விவேகானந்தர் மனம் கசந்து இதைச்சொல்லி நூறாண்டு ஆகப்போகிறது. நாம் இன்னும் கீழே சென்றுகொண்டிருக்கிறோம்.

ஆசாரங்கள் சென்ற காலத்திற்குரியவை. பெரும்பாலான சமூக வழக்கங்களும் நம்பிக்கைகளும் கடந்தகாலத்தின் நீட்சிகள். அவை அன்று தங்களை பிரித்து நிறுத்திக்கொள்ளவும் போராடவும் உதவியவை. இன்று நமக்கிருக்கும் தேவை நம்மைத் தொகுக்கும் இணைக்கும் முன்னே கொண்டு செல்லும் நம்பிக்கைகளும் மனநிலைகளும்தான். இவை அவற்றுக்கு நேர் எதிரானவை.

இந்த விரிந்த நிலப்பகுதியில் பல்வேறு ஆசாரங்கள், வாழ்க்கை முறைகள், நம்பிக்கைகள் கொண்ட மனிதர்கள் வாழ்கிறார்கள். ஒரு சாரார் மேல் பிறிதொருசாரார் ஆதிக்கம் செலுத்துவதன் வழியாக இங்கு உறுதியான சமூகம் ஒன்று ஒருபோதும் உருவாகி வரமுடியாது. கசப்புகள் பெருகி மோதல்கள் வலுவாகும். அதன் இழப்பு அனைவருக்கும்தான்.

அத்துடன் இந்துமதம் என்பது ஆசாரங்களாலோ நம்பிக்கை களாலோ ஒருங்கிணைக்கப்பட்ட ஒன்றல்ல என்பதை இந்து என்ற பெயரை பயன்படுத்துபவர்கள் அறியவேண்டும். இந்தியாவின் மையநிலத்தில் பக்தி இயக்கம் சார்ந்த பண்பாடே மேலோங்கி உள்ளது. பக்தி இயக்கத்தால் கடுமையாக நிராகரிக்கப்பட்ட பல்வேறுவகையான வழிபாட்டு முறைகளும் சடங்குகளும் கொண்டதுதான் இந்து மரபு.

அச்சடங்குகளையும் வழக்கங்களையும் மையநிலத்து பக்திமரபைச் சேர்ந்த இந்துக்கள் அங்கீகரித்தாகவேண்டும் என்றால் அது இந்துமதத்தை நொறுக்கும் வன்முறை. பல சடங்குகள் அவர்களுக்கு புரிந்துகொள்ள முடியாதவையாக, அதிர்ச்சியூட்டக் கூடியவையாக இருக்கும். சாக்ஷி மகராஜும், சாத்வி பிரக்யாவும்தான் இனி அவற்றுக்கு அங்கீகாரம் அளிக்கவேண்டும் என்றால் அதைவிட கீழ்மை இந்துமதத்திற்கு வருவதற்கில்லை.

முற்றிலும் மாறுபட்ட ஆசாரங்களும் வழிபாட்டு முறைகளும் சடங்குகளும் நம்பிக்கைகளும் கொண்ட ஒரு பெரியவெளி இது. இணைத்திருப்பது இதன் மெய்ஞானத்தேடலின் ஊடுபாவு மட்டுமே. தத்துவம் மட்டுமே. இதை பெரும்பான்மையின் ஆசாரம் மற்றும் நம்பிக்கை என்று சுருக்கிக்கொண்டால் உண்மையில் இதை அழிக்கிறோம்.

இந்துமதத்தின் விரிவை, அதன் பன்முகத்தன்மையை உணராத மிகமிகக்குறுகலான மனம் கொண்ட வெறியர்களால் இந்துத்துவ அரசியல் இன்று பொதுவெளியில் முன்னெடுக்கப்படுகிறது. நாம் காண்பது அதன் வெளிப்பாடைத்தான்.

முற்போக்கினரின் தோல்வி

இத்தனைக்கும்பின் நமது முற்போக்கினரின் தார்மீகத் தோல்வியைச் சுட்டிக்காட்டியே ஆகவேண்டும். இன்று இத்தகைய அதிதீவிர நிலைப்பாடுகளை எடுக்கும் துணிவு எப்படி உருவாகிறது? இந்துப் பெரும்பான்மை மெல்லமெல்ல இந்த தீவிர நிலைப்பாட்டுக்காரர்களை பழைமைவாதிகளை நோக்கித் தள்ளப்பட்டுள்ளது. அதை அப்படிச் செலுத்தியவர்கள் நம் முற்போக்கினர்.

ஓர் இந்து தன் நம்பிக்கையுடன் ஒருபோதும் முற்போக்கினனாக இருக்கமுடியாது என்ற நிலையை இவர்கள் உருவாக்கினர். இந்துமதத்தை அழித்தேயாக வேண்டிய முதல்தீமை என பொதுவெளியில் மீளமீளச் சித்தரித்தனர். இந்தியாவின் அனைத்து வீழ்ச்சிகளுக்கும் இந்துமதமே காரணம் என பிரச்சாரம் செய்தனர்.

ஆகவே சாமானிய இந்துவின் மனதில் இவர்கள் ஒட்டு மொத்தமாக தன் பண்பாட்டுக்கும் மதத்துக்கும் எதிரானவர்கள் என்று ஆழமாகப் பதிந்துவருகிறது. இவர்கள் முன்வைக்கும் அறச்சீற்றமெல்லாம் தன் மதத்திற்கு எதிரானதாகவே அவனுக்குத்தெரிகிறது.

கும்பமேளா நெரிசலில் இறந்தவர்களின் மதநம்பிக்கையைச் சுட்டிக்காட்டி கேலிசெய்யும் ஓர் இதழ் ஹஜ் விபத்தில் இறந்தவர்களுக்கு கண்ணீர் அஞ்சலி செலுத்துகிறது என்றால்

அவ்விதழில் இந்து மதத்தின் ஆசாரங்களுக்கு எதிராக வரும் கண்டனம் எப்படிப் பார்க்கப்படும்?

கிருஷ்ண ஜெயந்தி அன்று கிருஷ்ணனை மானுடவிரோதி என்று முற்போக்கினர் எழுதினார்கள். எழுதும் உரிமை அவர்களுக்கு கண்டிப்பாக உண்டு. ஆனால் அவர்களே நபிதினத்தன்று நபியை விமர்சனமே இன்றி விதந்தோதுவார்கள் என்றால் அவர்களின் நடுநிலையை எப்படி எடுத்துக்கொள்ள முடியும்?

கீதையை அவதூறுகளால் மட்டும் வசைபாடி, இஸ்லாமை புகழ்ந்து நாநூறு பக்க நூல் ஒன்றை எழுதி வெளியிடக்கூடிய முற்போக்கினர் [ஜமுனாலால் பஸால் எழுதிய கீதையின் மறுபக்கம்] இஸ்லாம் பற்றி நியாயமான விமர்சனம் கொண்ட ஒரு நூலையாவது வெளியிடுவார்களா என்றுதான் சராசரி இந்துவின் மனம் செல்லும்.

ஒவ்வொரு அரசியல் சந்தர்ப்பத்திலும் வியாசர் முதல் ஜெ.கிருஷ்ணமூர்த்தி வரை அத்தனை இந்து மெய்ஞானிகளையும் இந்து ஞானமரபையும் அவதூறு செய்து கேலிபேசி வசைபாடி இவர்கள் எழுதிய பக்கங்கள் நம் முன் உள்ளன. அவை இவர்களை வெறும் வெறுப்பரசியல்வாதிகளாக முத்திரை குத்திவிட்டன. ஆகவேதான் இவர்களின் மனிதாபிமானப் பொங்குதல்கள், ஜனநாயக அறைகூவல்கள் வெறும் சொற்களாக வீரியமிழந்துள்ளன.

பல்வேறு சுயலாபங்களுக்காக சென்ற அரைநூற்றாண்டில் நம் முற்போக்கினர் இந்துமரபுக்கு எதிராக எடுத்த அநீதியான நிலைபாடே, இன்று ஜனநாயகம், மதச்சார்பின்மை, அறிவுலக சுதந்திரம் என எதையும் பேசும் தகுதியற்றவர்களாக அவர்களைக் காட்டுகிறது. அவர்கள் பேசப்பேச சராசரி இந்துக்களை மறுபக்கம் நோக்கித் தள்ளுகின்றன அச்சொற்கள்.

ஜனநாயகம், கருத்துரிமை, மானுடசமத்துவம் என்று பேசும் அதே வாயால் மறுதருணத்திலேயெ இந்தியா ஒழிக என்றும், அதன் நீண்ட மரபும் பண்பாடும் அழிக என்றும் அடிவயிற்றை

எக்கி இவர்கள் ஓலமிடும்போது அந்தக்குரல் ஒட்டுமொத்தமாக வெறும் வெறுப்பொலியாக தெரிகிறது.

இந்தியாவின் இன்றைய அவலம் பழைமைவாதத்தின் எழுச்சி மட்டும் அல்ல நம் முற்போக்கினர் போலிகளாக மாறிப்போனதும் கூடத்தான். அவர்கள் என்று இந்நாட்டின் மேலும் பண்பாட்டின் மேலும் மதிப்பும், பிளவுகளை உருவாக்குவதற்குப் பதில் நம்பிக்கையை உருவாக்கும் போக்கும், எதிர்காலம் குறித்த கனவும் கொண்ட நேர்நிலைக் குரல்களாக ஒலிக்கிறார்களோ அன்றே அவர்களால் இங்குள்ள பெரும்பான்மையுடன் பேசமுடியும்.

இன்றைய சூழலில் தன்னை பகுத்தறிவாளராக நிறுத்திக் கொண்ட போதிலும் இந்துமெய்ஞானமரபின் மேல் ஆழ்ந்த மதிப்பு கொண்டிருந்த, இந்தியாவின் பண்பாட்டு மரபை போற்றிய, அதன் பன்மையைப் புரிந்துகொண்ட ஜவகர்லால் நேருவே முற்போக்கின் முன்னுதாரண முகமாக எனக்கு நினைவில் எழுகிறார்.

***

பகுதி – III

ஒருதெய்வ வழிபாடு

அன்புள்ள ஜெ

ஒரு சின்ன சந்தேகம். இது உங்களுக்கு வேடிக்கையாகக்கூடப் படலாம். ஆனால் எனக்கு இது ஒருவகையில் வாழ்க்கைப் பிரச்சினை. என் வயது 31. அரசு ஊழியன். என் அப்பா வீரசைவ விரதம் கொண்டவர். நானும் எட்டு ஆண்டுகளுக்கு முன்னால் அப்பாவிடமிருந்து வீரசைவ தீக்ஷை எடுத்துக்கொண்டேன். நான் சைவக்கோயில் தவிர எங்கும் செல்வதில்லை. வேறு எந்த தெய்வத்தையும் வணங்குவதில்லை.

சமீபத்தில் நண்பர்களுடன் பயணம் செய்தபோது நான் பெருமாள் கோயிலுக்குப் போகாமல் காரிலேயே உட்கார்ந்தேன். என் சீனியர் நண்பர் ஒருவர் என்னை கடுமையாகக் கண்டித்தார். எனக்குப் பாவம் கிடைக்கும், ஏழுதலைமுறைப் பழி வரும் என்று சொன்னார். அவர் பிராமணர். அவர் இந்துக்கள் அனைவருக்கும் இந்து தெய்வங்கள் அனைத்தும் சொந்தம் என்று சொன்னார். இந்தமாதிரி பேதங்களால் இந்துமதம் ஒற்றுமை இல்லாமல் அழிகிறது என்றும் இந்துக்கள் பேதங்களை மறந்து ஒன்றாக வேண்டுமென்றும் சொன்னார். இந்து என்பது மட்டுமே அடையாளமாக இருக்கவேண்டும் என்றும் மற்ற அடையாளங்களெல்லாம் அழியவேண்டும் என்றும் சொன்னார்.

நான் வாசித்தபோது இதேபோல வேறு தெய்வத்தைக் கும்பிடாத ஒரு நண்பரை நீங்கள் கேலி செய்திருந்தது வாசித்தேன். அது பெரிய தப்பு என்று நீங்கள் சொல்லவில்லை.

நான் பெரிய தப்பு செய்கிறேனா? என் அப்பாவிடம் இதைக் கேட்கமுடியாது.

- எஸ்

***

அன்புள்ள எஸ்,

இந்துமதம் என இன்று சொல்லப்படுவது ஒரு மாபெரும் ஞானத்தொகை. முற்றிலும் ஒன்றுடன் ஒன்று மாறுபட்ட, ஒன்றுடன் ஒன்று முரண்பட்டு மோதிக்கொள்ளும் ஞான வழிகளின் பின்னல். இவை விவாதித்துத்தான் இதுவரை வளர்ந்தன. ஒன்றிலிருந்து பிறிதொன்று என கிளைத்தன. இப்படி புதிதாகத் தோன்றும் முறையும், கடுமையாக முரண்பட்டு விவாதிக்கும், ஒன்றையொன்று நிராகரிக்கும் நிலையும் இல்லாமலானால் இந்துமதம் இறுக்கமான அமைப்பாக மாறும். வெறும் அதிகாரமாக எஞ்சும்.

ஓர் அமைப்பின் உயிர்ச்செயல்பாடு எதுவோ அது தடுக்கப் பட்டால் அந்த அமைப்பு அழியும். வேறுசில மதங்கள் ஒற்றை மையத்தரிசனமும் மேலிருந்து கட்டுப்பாடும் உறுதியான அமைப்புகளும் கொண்டவை. அவை அந்த வழியில் வெற்றிபெற்றன. அந்தவகையில் இந்துமதத்தை சிலர் மாற்ற முயல்கிறார்கள். அதனால் அவர்கள் தேடும் ஓர் அதிகார அமைப்பு உருவாகலாம். எது இந்துமதமாக இது வரை வளர்ந்துவந்ததோ, எது கோடிக்கணக்கானவர்களுக்கு முக்திமார்க்கமாக நிலைகொண்டதோ அது அழியும்.

இதிலுள்ள பல்வேறு வழிகளில் ஒன்று ஃபாவபக்தி. இன்னொன்று சடங்கு - ஆசாரநெறி. இரண்டும் பலசமயம் இங்கே ஒன்றுடன் ஒன்று கலந்தவை. ஓர் இறையுருவை ஏற்று, அதை மட்டுமே வழிபட்டு, உளம்நிறைத்து, பிறிதொன்றிலாமல் அதனுடன் வாழ்ந்து பெறும் விடுதலையையும் நிறைவையுமே நாம் ஃபாவபக்தி என்கிறோம். அந்த ஃபாவத்தை - உணர்ச்சிகரமான ஏற்பை - அன்றாட வாழ்க்கையாக ஆக்கிக்

கொள்ளவே பூஜைகள், நோன்புகள். நெறிகள் போன்ற ஆசாரங்களும் சடங்குகளும் சொல்லப்படுகின்றன.

அந்த உணர்ச்சிகர ஏற்பை மேலும் மேலும் முழுமை செய்துகொள்வதே அந்த வழியின் இயல்பு. அதை ஏற்றால் அதை முழுமையாக கடைப்பிடிப்பதே முறை. மாறாக அத்வைதமரபில் இத்தகைய உணர்ச்சிகர ஏற்பு இல்லை. அங்கே அறிதலும், தெளிதலும், ஊழ்கத்திலமர்ந்து ஆதலும்தான் வழிமுறையாக உள்ளது. சில மரபுகளில் எல்லா தெய்வங்களும் வழிபடப்படலாம். ஒன்றின் வழி இன்னொன்றுக்கு உகந்தது அல்ல.

உங்கள் வழியில் செல்லுங்கள். சிவன் மேல் கொண்ட பற்று பித்தாகி, அந்தத் தன்னளிப்பு முழுமை எய்துவதே உங்கள் முக்தி. அது பெருமாள் மேல் கொள்ளும் வெறுப்பாக, விலக்கமாக ஆனால் மட்டுமே நீங்கள் இருள்நோக்கி திரும்புகிறீர்கள். நம் மரபில் முன்னோர்களில் பலர் ஒருதெய்வ உபாசனை செய்தவர்கள்தான்.

இந்து மதம் – இந்துப் பண்பாடு ஆகிய இரண்டிலிருந்தும் இந்துத்துவ அரசியலை முற்றாகப் பிரித்துக்கொள்வதே இத் தருணத்தில் இந்துவென தன்னை உணரும் ஒவ்வொருவரும் செய்தாக வேண்டியது. இந்த இந்துத்துவ அரசியல் எவ்வகையிலும் இந்துமதத்துடனும் இந்துப் பண்பாட்டுடனும் தொடர்புடைய தல்ல. இந்து மதத்தையும் இந்துப் பண்பாட்டையும் தாங்கள் காக்கவிருப்பதாக இவர்கள் சொல்வது பொய். நாம் இவர்களுக்கு வாக்களிப்பது இந்திய அரசை எப்படி நடத்தவேண்டும், நாம் அளிக்கும் வரிப்பணத்தை எப்படி செலவிடவேண்டும் என்ற வாக்குறுதியின் பேரில் மட்டுமே. அதை மட்டுமே அவர்கள் பேசட்டும்.

இந்து என்னும் சொல்லை இவர்களுக்கு நாம் முற்றளித்து விட்டால் இவர்கள் இந்து என்னும் சொல்லை பயன்படுத்தி அரசியலாடி அதிகாரத்தை கைப்பற்றியபின் செய்யும் அத்தனை ஊழல்களுக்கும், ஒழுங்கின்மைக்கும் இந்துமதமும் பண்பாடும் பழிசுமக்க நேரிடும். இப்போதே இவர்களின் அறியாமையால்,

இந்து மெய்மை ✸ 145

மூர்க்கத்தால், ஊழலால் இந்துமதமும் பண்பாடும் கறைகொள்ள வேண்டியிருக்கிறது. இந்துமதம் இன்று சந்திக்கும் மிகப்பெரிய அபாயம் இதுதான்.

இந்துமதம் அதன் ஞானிகளால் வழிகாட்டப்படட்டும். அதன் மெய்நூல்களால் ஆளப்படட்டும். இன்றுவரை பிரிந்து பிரிந்து வளர்வதன் வழியாக, அனைத்துத் தேடல்களையும் அனுமதிக்கும் உள்விரிவின் வழியாக, தனித்தன்மைகளை தக்கவைத்துக் கொள்ளும் உறுதியின் வழியாகவே இது வளர்ந்துள்ளது. இனியும் அப்படியே நீடிக்கட்டும். இதை இவர்களின் அரசியல் நலன்களுக்காக ஒற்றை இயந்திரமாக ஆக்கவேண்டியதில்லை.

நாம் இந்துவாக இருப்பது ஒருசில அரசியல் அமைப்புக்களுக்கு வாக்குவங்கியாக அமையும்பொருட்டு அல்ல. நம் முக்தியை விட்டுக்கொடுத்து இங்கே நாம் அடைவதொன்றும் இல்லை.

***

பக்தியும் தத்துவமும்

அன்புள்ள ஜெயமோகன் சார் அவர்களுக்கு,

இது நான் உங்களுக்கு எழுதும் முதல் கடிதம். தங்களுடைய செவ்விலக்கியப் படைப்பில் கொற்றவையும், விஷ்ணுபுரமும், வாசித்துள்ளேன். தவிர, கட்டுரைகள், தொகுப்புகள், இணையத்தில் தொடர் வாசிப்புகள். உங்களின் எழுத்துக்கும் அது தரும் சிந்தனைத் தொலைவிற்கும் நன்றி. அது நான் வரலாறு, இலக்கியம், தத்துவம், கலை என்று எந்த ஒன்றினை வாசிக்கும் பொழுதும் அது ஒரு முறையைக் கற்றுக்கொடுத்துக்கொண்டிருக்கின்றது.

பக்தி இயக்க வரலாற்றில் நம் சிந்தனை மரபு சிறிது நிராகரிக்கப் பட்டதா? எனில், ஏன்? பக்தி இயக்கம் பெருவாரியான மக்களை உள்ளிழுத்துக் கொண்ட பெரும் இயக்கமாக இருந்த காலத்தில் நம் தாந்த்ரீக மரபும், தத்துவ மரபும் தொடர்ந்த வண்ணம் இருந்ததா? இல்லை தாந்த்ரீக மரபும், தத்துவ மரபும் பக்தி இயக்கத்தினை சார்ந்திருக்க வேண்டிய நிலையை அடைந்ததா? பல, பக்தி இலக்கியங்களில் தாந்த்ரீகக் கோட்பாட்டினை உணர்த்துகின்ற பாடல்கள் இருப்பதால் இந்த எண்ணம் தோன்றியது.

- ஜெயக்குமார் பரத்வாஜ்

***

அன்புள்ள பரத்வாஜ்,

பக்தி இயக்கம் இந்திய வரலாற்றின் ஒரு முக்கியமான வளர்ச்சிக்காலகட்டம். சமூக வரலாற்று அணுகுமுறையில்

இந்தியாவின் பல்லாயிரம் பழங்குடி மரபுகளைத் தொகுத்து சமூகத்தைக் கட்டமைக்கும் பணியைச் செய்தவை இந்துமதமும், பௌத்தமும், சமணமும். அந்த மதங்களின் கட்டமைப்பேகூட இந்தத் தொகுப்புச் செயல்பாட்டின் விளைவாக உருவாகி வந்ததுதான்.

இந்துமதம் எல்லா இனக்குழு நம்பிக்கைகளையும் சடங்கு களையும் ஒரே தொன்மச்சரடில் பின்னி இணைத்துக்கொண்டே சென்றது. சடங்குகள் வைதிகமரபிலும் சிந்தனைகள் வேதாந்த மரபிலும் இணைக்கப்பட்டு மைய ஓட்டம் உருவாக்கப்பட்டது. அதன் விளைவாக அரசதிகாரமும் சமூகமேலாதிக்கமும் உருவாகி வந்தன.

இது நடந்து ஆயிரம் ஆண்டுகளுக்குப் பின்னரே பக்தி இயக்கம் உருவாகிறது. இந்தக் காலகட்டத்தில் இந்துமதத்தின் மையத்தில் இருந்த வைதிகமும், வேதாந்தமும் பௌத்தத்தாலும் சமணத்தாலும் செல்வாக்கிழந்தன. விளைவாக இந்து சமூகத்தின் மையம் வலுவற்ற முடிச்சாக இருந்தது.

இக்காலகட்டத்தில் பல்வேறு இனக்குழுச் சமூகங்கள் மைய ஓட்டத்திற்கு வந்து முக்கியமான சாதிகளாக ஆகிவிட்டிருந்தன. பல சாதிகள் ஒன்றாகத் திரண்டு ஒற்றைச்சாதியாக மாறி அரசுகளை உருவாக்கி விட்டிருந்தன. ஏராளமான நிலவுடைமைச்சாதிகளும் வணிகச்சாதிகளும் உருவாகிவிட்டிருந்தன.

இவர்களை எல்லாம் இணைக்கும் மேலும் வலுவான மையச்சரடு தேவையாயிற்று. அவ்வாறு சாதியச் சமூகங்கள் ஒருங்கிணைக்கப்பட்டால் மட்டுமே வலுவான அரசுகள் உருவாக முடியும் என்ற நிலை இருந்தது. அவ்வாறு இணைத்துப் பேரரசுகளை உருவாக்குவதில் சமணமும் பௌத்தமும் நடைமுறைத் தோல்விகளைத் தழுவின.

அதற்குக் காரணம் சமணமும் பௌத்தமும் நெகிழ்வுத் தன்மை கொண்ட கட்டமைப்புள்ள மதங்களாக இருந்தாலும் கூட அவற்றின் தத்துவ மையம் மிகமிக வலுவானது என்பதுதான். சடங்குகளில் மட்டுமே அவை மீறல்களையும் மாற்றுப்போக்குகளையும் அனுமதிக்கமுடியும். அது அன்றைய

விரிந்த பன்மைத்துவம் கொண்ட இந்திய சமூகத்தை ஒருங்கிணைக்கப் போதுமானதாக இல்லை என்ற நிலை வந்தது.

ஆகவேதான் இந்துமதம் பக்தி இயக்கம் மூலமாக மறுஅமைப்பு செய்யப்பட்டது. இந்துமதத்தின் மையச்சரடாக இருந்த வைதிகம், வேதாந்தம் ஆகியவற்றுடன் அவற்றுக்கு மாறான சிந்தனைகளுக்கும் சம முக்கியத்துவம் அளிக்கப்பட்டது. எழுச்சியடைந்து வந்த சாதிகளின் இனக்குழு ஆசாரங்களையும் நம்பிக்கைகளையும் சடங்குகளையும் உள்ளிழுத்துக்கொண்டு இந்துமதம் பிரம்மாண்டமான ஒரு தொகுப்புமதமாக வளர்ந்தது. இந்த வளர்ச்சியையே நாம் பக்தி இயக்கம் என்கிறோம்.

பக்தி இயக்கத்தின் காலகட்டத்தில்தான் இங்கே சைவமும் வைணவமும் பெருமதங்களாக ஆயின. ஒருபக்கம் அவை நூற்றுக் கணக்கான சிறிய வழிபாட்டு முறைகளை உள்ளே இழுத்துக் கொண்டன. அவ்வாறாக அவை மதம் என்பதைக் காட்டிலும் மதங்களின் குவியல் என்ற இயல்பைப் பெற்றன. மறுபக்கம் அவற்றின் தத்துவ மையத்தில் மிகத்தீவிரமான விவாதங்கள் நிகழ்ந்து அவை நெகிழ்வுள்ளவையாக ஆக்கப்பட்டன.

இந்த மாபெரும் தொகுப்புச் செயல்பாட்டின் பகுதியாகவே இங்கே பேராலயங்கள் உருவாயின. அவை உண்மையில் ஆலயத் தொகுதிகள். பல்வேறு வழிபாடுகள் ஒரே சமயம் நிகழும் மையங்கள். அங்கே விதவிதமான சடங்குகளும் ஆசாரங்களும் ஒன்றாயின. அந்த ஆலயத்திற்குக் கீழே விதவிதமான சாதிகள் ஒருங்கிணைந்தபோது அவர்களனைவரையும் இணைக்கும் விதமாக மாபெரும் திருவிழாக்கள் உருவாகி வந்தன. இன்றுகூட நம் திருவிழாக்கள் பல்வேறு சாதிச்சமூகங்களை சுமுகமாகத் தொகுக்கக்கூடியவையாக இருப்பதைப் பார்க்கலாம். அனைவரும் இணைந்து செய்தால் மட்டுமே அவை நிகழ முடியும்.

சிந்தனைத்தளத்தில் இக்காலகட்டத்தில் இரண்டு விஷயங்கள் நிகழ்ந்தன. தத்துவம் பன்மைத்தன்மையை அடைந்தது. எல்லாவற்றையும் உள்ளடக்கும் தன்மை கொண்டதாக அது மாறியது. சைவத்தின் உள்ளடக்கமான சைவ சித்தாந்தத்தையே எடுத்துக்கொள்ளலாம். அது வைதிகத்தையும் அவைதிகத்தையும்

தன்னுள் அடக்கிக் கொண்டதாக மாறுவதைக் காணமுடியும்.

இரண்டாவதாக சிந்தனைத்தளத்தில் புராணங்களின் பாதிப்பு அதிகரித்ததைச் சுட்டிக்காட்டலாம். பல்வேறு இனக்குழு நம்பிக்கைகள் ஒன்றாக ஒரு தெய்வத்துடன் இணைக்கப்படும்போது புராணம் தேவையாகிறது. அப்புராணங்கள் கலை மூலம் ஆழமாக சமூக மனதில் நிலைநாட்டப்பட்டன. சைவ மதத்தின் பெரியவர்கள் அனைவருமே சிவபெருமான் பற்றிய புராணங்களையும் அவரது தோற்றத்தின் விவரணைகளையும் தொடர்ந்து பாடுவதைக் கவனிக்கலாம்.

தொகுப்புத்தன்மைக்கு உகந்த மனநிலை என்பது பக்தியே. சைவ வைணவப் பெருமதங்கள் அதி தீவிரமான பக்தியால்தான் தங்களை நிறுவிக்கொண்டன. பக்தி இயக்கத்தின் காலகட்டத்தில் பக்தி அனைத்தையும்விட மேலானதாகவும் ஞானத்தைவிட ஒருபடி முக்கியமானதாகவும் சொல்லப்படுவதைக் கதைகளில் காணலாம்.

அதாவது இந்த வளர்ச்சிச் செயல்பாட்டில் பக்தி செறிவும் தீவிரமும் கொண்டதாக ஆக்கப்படுகையில் தத்துவம் தீவிரமிழந்து நெகிழ்வும் பன்மைத்தன்மையும் கொண்டதாக மாற்றப்படுகிறது. தத்துவச்செயல்பாடு தொடர்ந்து நடந்தது என்பதில் ஐயமில்லை. ஆனால் அது கூர்மையாக ஆவதற்குப்பதில் விரிவானதாக ஆகியது

ஆழ்வார்கள் நாயன்மார்கள் பாடல்களில் தத்துவ விவாதங்கள் உள்ளன. ஆனால் அவை பக்தியின் உணர்வெழுச்சிக்குள் மறைந்துள்ளன. அவர்களின் பாடல்களில் உள்ள தத்துவம் எல்லா வகையான தரிசனங்களையும் சைவ வைணவ தெய்வங்களுடன் இணைப்பதிலேயே குறியாக இருக்கிறது.

பக்தி இயக்கத்தால் விரிவானதாக ஆக்கப்பட்ட தத்துவம் பக்தி இயக்கத்தின் இறுதிக்காலகட்டத்தில் மீண்டும் தீவிரமடைந்தது. ஏறத்தாழ பதினொன்று, பன்னிரண்டாம் நூற்றாண்டில். சைவ சித்தாந்த நூல்கள் உருவாயின. ராமானுஜர் தோன்றி வைணவத்தைக் கறாரான தத்துவம் நோக்கிக் கொண்டு சென்றார்.

***

பிறந்த இடம், கறந்த இடம்

அன்புள்ள ஜெ

பின்வரும் பட்டினத்தார் பாடலின் சரியான பொருள் என்ன?

சிற்றம் பலமும் சிவனும் அருகிருக்க
வெற்றம் பலம் தேடி விட்டோமே – நித்தம்
பிறந்த இடத்தைத் தேடுதே பேதை மட நெஞ்சம்
கறந்த இடத்தை நாடுதே கண்

இதில் "பிறந்த இடம்" என்பது மனித உயிர் பிறக்கும் இடமான பெண்குறியையும், "கறந்த இடம்" என்பது குழந்தை பால் அருந்தும் தாயின் மடியையும் குறிக்கிறது. ஆனால் இணையத்தில் உலவும் போது பல்வேறு விளக்கங்கள் பக்தி மார்க்கமாக இருந்து இவைகளெல்லாம் தவறான பொருள் என்று கூறுவதாகக் குறிப்பிடப்பட்டுள்ளன. எனக்கு அதில் உடன்பாடில்லை, இதில் மறைப்பதற்கென்று எதுவுமில்லை. இயற்கையான ஒன்றை மறைப்பதில் அவசியமென்ன?

பாடலின் பொருள் என்னவாக இருக்கும்? ஆனால் ஒரு விளக்கம் பார்த்தேன்.

"நித்தம் பிறந்த இடத்தை தேடுகிறது. நாம் பிறந்த இடம் எது? நாம் ஜீவாத்மாக்கள் அல்லவா? நாம் பரமாத்மாவிலிருந்துதானே பிறந்தோம்! நமது பேதை மனம் தினமும் நாம் பிறந்த இடமாகிய பரமாத்மாவையே தேடுகிறது எனக்கூறுகிறார்! கீழான இடத்தை நினைக்காதீர்கள். கறந்திடத்தை நாடுதே கண்- நமது சூரியனும் சந்திரனும் ஆகும் அல்லவே? இந்த இரு ஒளிக்களைகளும் அகமுகமாக அக்னி கலையோடு கூடும் போது நாம் நம் ஜீவனை

ஒளியாக நம் முன்னே காணலாம்! நாதத்தொனி கேட்கலாம்! பின்னர் நமக்கு இறைவன் பிரசாதமாக சகஸ்ராரத்திலிருந்து அமுதம் சொட்டும். அந்த மங்காத பால் கறக்கும் இடத்தையே நம் கண் நாடுதே என பட்டினத்தார் கூறுகிறார். எவ்வளவு உயர்ந்த ஞானம்! தவறாகப் பொருள் கொண்டு மோசம் போகாதீர். எல்லா ஞானவான்களும் மிக உயர்ந்த பொருளையே - இறைவனையே - அடையும் வழியை கூறுகின்றனர்" இந்த விளக்கம் சரிதானா?

- அருண்மொழிவர்மன்

***

அன்புள்ள அருண்,

சித்தர்பாடல்களில் காமத்தை, பெண்களை இழிவுசெய்து எழுதப்பட்ட வரிகள் உண்டு. நாராயணகுரு கூட அத்தகைய பாடல்களை இயற்றியிருக்கிறார். அவை இல்லறத்தாருக்கு உரியவை அல்ல. அவை துறவுவழி கொண்டவர்களுக்கு உரியவை. இல்லறத்தார் அவற்றை கருத்தில் கொள்ளலாகாது. அவற்றை இல்லறத்தோர் வாசிக்கும் வழக்கமே இருந்ததில்லை. அவை அச்சில் புழக்கத்திற்கு வந்தபோதுதான் அவற்றை அனைவரும் வாசிக்க நேர்கிறது.

துறவு என்பது யோகத்தின் பொருட்டு. யோகம் குறியீட்டு ரீதியாக பல சக்திநிலைகளாக விளக்கப்படுகிறது. அதன் முதல் சக்திமையம் மூலாதாரம். அதுவே காமத்தின் உறைவிடம். படைப்பாற்றல், விழைவாற்றல், தன்முனைப்பு ஆகிய மூன்றும் அங்கே உறைகின்றன. அதை எழுப்பி, அதை கடந்து அடுத்தடுத்த ஆற்றல்நிலைகளுக்குச் செல்வதே யோகம். ஆகவே பறந்தெழும் பறவை கிளையை உதைத்துச் செல்வதுபோல மூலாதாரவிசையை, காமத்தை யோகிகள் நிராகரிக்கிறார்கள்.

காமம் ஆணுக்கு பெண்ணுடல் வடிவிலேயே வருகிறது. ஆகவே காமத்தை நிராகரிக்கும் பொருட்டு பெண்ணுடலை நிராகரிக்கிறார்கள். பெண் யோகிகள் எழுதினால் ஆணுடலை இதேபோல எழுதியிருப்பார்கள். உடல்மேல் விலக்கத்தை உருவாக்கும் பொருட்டு தன் நெஞ்சோடு கிளத்தலாக யோகியர்

எழுதும் வரிகள் இவை. அவர்கள் நமக்குச் சொல்பவை அல்ல. அவர்களின் மெய்ஞான வெளிப்பாடுகளும் அல்ல. யோகப்பயிற்சியில் ஒரு கட்டத்தில் தேவையான ஒரு தன்னுறுதி மட்டுமே.

ஆணின் காமம் பெண்ணின் இரண்டு உறுப்புகளையே மையமாக கொண்டது. பிறப்புறுப்பு, முலைகள். அவையிரண்டும் தாய்மையின் இடங்களும்கூட. ஆகவே காமம் என்பது தாய்மையுடன் ஆழமாக பிணைந்தது. அது அத்தனை ஆற்றல் மிக்கதாக இருப்பது இதனால்தான்.

ஒருபக்கம் அது உடலின்பம் என்னும் எளிய செயல். மறுபக்கம் தாயை நாடுதல் என்னும் நுண்ணிய, உயரிய செயல். ஒருபக்கம் அது உடல், மறுபக்கம் அது ஆழுள்ளம். ஒருபக்கம் அது ஒரு தனிமனிதனின் விழைவு. மறுபக்கம் அது உயிர்க்குலங்கள் தங்களை தாங்களே உருவாக்கிக் கொள்ளும் அடிப்படை விசை. ஒருபக்கம் ஓர் ஆணுடல் ஒரு பெண்ணுடலை அறிவது. மறுபக்கம் அது அன்னையின் உடலில் இருந்த குழந்தையின் உடல் அன்னையுடலுடன் இணைவது.

மனிதனின் உள்ளம் காமத்திலாடுவது இவ்விரண்டின் நடுவில் ஒருவகை ஊசலாட்டமாகத்தான். இதை எந்த ஆணும் அந்தரங்கமாக அறிவான். இப்பாடல் தாய்மையைக் காமமெனவும் சித்தரிப்பதே முக்கியமாகக் கவனிக்க வேண்டியது.

யோகமுறை சார்ந்த பாடல் இது. ஆகவே இதற்கு யோகம் சார்ந்த பொருளே உள்ளது. இதிலுள்ள வைப்புமுறை முக்கியமானது. பிறந்த இடம் என்பதற்குச் சமானமாக சிற்றம்பலம் சொல்லப்படுகிறது. [நிராகரிக்கும்பொருட்டு அது வெற்றம்பலம் என்று சொல்லப்படுகிறது] கறந்த இடத்திற்கு நிகராகச் சிவம் சொல்லப்படுகிறது.

சிற்றம்பலம் என்பது இந்த பருவடிவப் பிரபஞ்சம். சிவம் அதிலாடும் கருத்துவடிவம் என்பது சைவமரபு. பருவடிவப் பிரபஞ்சம் பற்றிய ஓர் அழகான உருவகம் உண்டு. அது கருவறையாகவும் குழந்தையாகவும் ஒரே சமயம் இருந்து கொண்டிருக்கிறது. அதாவது அது தன்னைத்தானே பிறப்பித்துக்

கொண்டிருக்கிறது. ஒன்று இன்னொன்றை உருவாக்குகிறது. பிறந்தபடி, பிறப்பித்தபடி இருக்கின்றன பருப்பிரபஞ்சத்தின் ஒவ்வொரு அணுவும். ஆகவே அதை பிறந்த இடத்துக்கு நிகர்வைப்பது யோக மரபு.

ஆவுடை என்பது மாபெரும் யோனிதான். அதுவே சக்திவடிவம். அதில் எழுந்தது சிவம். சிவமென்பது பருவடிவப் பிரபஞ்சத்தை உயிர்கொள்ளச்செய்யும், வடிவுகொள்ளச்செய்யும், செயல்வடிவமாக்கும் முழுமுதற் கருத்து. இப்பாடலில் கறந்த இடம் என்னும் சொல் அதைச் சுட்டுகிறது. அது முலைப்பால். அருள், கனிவு, உயிரூட்டுவது.

நீங்கள் அளித்திருக்கும் விளக்கம் பக்திமரபில் நின்று சொல்லப்பட்டது. இந்நூற்றாண்டில் சித்தர்பாடல்கள் பரவலாக வாசிக்கப்பட்டபோது எளிய பக்தர்கள் அவற்றைக் கண்டு குழம்பினர், திகைத்தனர். அவற்றிலுள்ள காமவெறுப்பும் பெண்ணுடல் மறுப்பும் கண்டு ஒவ்வாமை கொண்டனர். அவர்களுக்காக இந்தவகையான சுற்றிவளைத்த பக்தி விளக்கங்கள் அளிப்பட்டன. இவற்றுக்கு எளிமையான பக்தர்களிடம் ஒரு தேவை இருக்கலாம்.

***

அறிந்து முன்செல்பவர் வழிபடலாமா?

அன்புள்ள ஜெ,

சமீபத்தில் எனக்கு கோவிட் நோய் வந்த 5 ஆவது நாளில், என் மகனுக்கும் வந்து விட்டது. என் வரையில் நோய் என்று அறிந்தபோது, ஒரு விதத்தில் சின்ன சந்தோஷம் தான் இருந்தது. ஆகா 15 நாள் முழுவதுமாக வாசிப்பில் முழுகி விடலாம் என்று. ஆனால் மகனுக்கு நோய் என்று தெரிந்த உடன், ஒன்றும் செய்யத் தோன்றவில்லை. வேண்டிக்கொண்டதை தவிர.

எனக்கு எப்போதும் கடவுள் நம்பிக்கை என்பது, சிறு வயதில் அப்பா அம்மா ஆரம்பித்த பழக்கத்தில் இருந்து உள்ளதே ஒழிய, முழு முற்றாக சிவன், முருகன், பெருமாள் என்று ஆழ்ந்த பக்தி, பூஜை, வேண்டுதல் என்று எல்லாம் செய்வதில்லை. இவை அனைத்தும் பிரம்மம் என்னும் ஒன்றின் குறியீடுகள் என்ற எண்ணம் உள்ளவன். பகவத் கீதையில் பெரும் ஈர்ப்பு உண்டு. ஆனால் மகனுக்காக தினமும் கந்த சஷ்டி கவசம் கேட்பது, முருகனிடம் தினமும் வேண்டிக் கொள்வது என்று இதுவரை இல்லாத தீவிரத்துடன் செய்து கொண்டிருந்தேன். இது ஏன் என்று என்னையே கேட்டு கொள்கிறேன். இப்படி ஒரு இக்கட்டு இல்லாத போதும் இந்த மனநிலை இருப்பதைத் தான் (கடவுள் நம்பிக்கையிலோ, இல்லை வேறு கருத்துக்களிலோ?) நீங்கள் சொல்வதாக புரிந்து கொள்கிறேன்.

இரண்டாவது உதாரணம் என் குமரித்துறைவி வாசிப்பு. முழு நேரமும் மீனாட்சி கல்யாணம் இரண்டு விக்கிரகங்களுக்கு நடந்த விழா என்ற எண்ணம் வரவே இல்லை. மீனாட்சி அம்மனும்,

சுந்தரரும் தெய்வ பிறவிகளாக இருந்து மணம் முடிப்பதாகவும் அதை பார்த்து கொண்டிருப்பதாகவும் தான் மன நிலை இருந்தது. இன்றும் குமரித்துறைவி பற்றி நினைத்தால் அந்த எண்ணமே வருகிறது.

கேள்விகள் சரியானவையா, நான் சரியாக எழுதினேனா என்று தெரியவில்லை.

- வெண்ணி

***

அன்புள்ள வெண்ணி,

ஞானம்- பக்தி இரண்டுக்குமான முரண்பாடு என்பது எப்போதுமே பேசப்பட்டுக் கொண்டிருப்பது, தீராத வினா அது. ஏனென்றால் அதற்கு ஒவ்வொரு மெய்யியல் மரபும் ஒவ்வொரு விடை சொல்கிறது. நான் சொல்வது என் மரபின் பதில்.

ஞானம் எனப்படுவது ஒரு மெய்த்தரிசனத்தை தர்க்கபூர்வமாக அறிந்துகொள்ளல். கற்றுக்கொள்ளல், புரிந்துகொள்ளல், ஏற்றுக்கொள்ளல் என மூன்று படிகள் முதலில். பின்னர் அதைக் கொண்டு உலகை நோக்குதல், அதை ஊழ்கப் பொருளாக்குதல், அதுவென்றே ஆதன் என மூன்று நிலைகள்.

நாம் பிரம்மம் அல்லது மகாதர்மம் அல்லது பவசக்கரம் போன்ற பிரபஞ்ச விழுப்பொருள் பற்றி அறியும்போது முதல்படியில்தான் நிற்கிறோம். ஆழ்ந்து கற்றுக்கொள்வதும் ஐயமறப் புரிந்து தெளிந்து ஏற்றுக்கொள்வதும் அடுத்த படிநிலைகள். அடுத்த மூன்றுநிலைகளும் சாதனா எனப்படுகின்றன. 'ஆதறப்பயிற்சி' என அதைச் சொல்லலாம். அதைச்செய்வோர் சிலர் மட்டுமே. அதற்குரிய பயணம் நீண்டது.

ஒன்றை அறிந்து கொண்டதனாலேயே நாம் அதை கற்றுவிட்டோம், தெளிந்து ஏற்றுவிட்டோம் என பொருள் அல்ல. நாம் அதை அறிந்து கொள்ளத் தொடங்கிவிட்டோம் என்று மட்டும்தான் பொருள். அது நம் ஆளுமையாக ஆகவில்லை.

அறிதலின் வழி ஒரு தனிச்சிறப்புப் பாதை [விசேஷம்].

அது நம் ஆழ்ந்த அகவயத்தேடல் சார்ந்தது. நமக்கு மட்டுமே உரியது. நம் வாழ்க்கை முழுக்க மெல்ல அறிந்து, அமைந்து நாம் சென்றடைய வேண்டிய இலக்கு கொண்டது. நாம் கேள்விகள் கொண்டவர் என்பதனால், அறிந்து தெளிவதே நம் பாதையென நம் இயல்பு நமக்கு காட்டுவதனால், எளிய நம்பிக்கையும் சடங்குகளும் மட்டும் நமக்கு போதாது என நாம் உணர்வதனால் நாம் அறிவின் பாதையைக் கடைப்பிடிக்கிறோம்.

ஆனால் நாம் இங்குதான் வாழ்கிறோம். உலகியலில்தான் இருந்து கொண்டிருக்கிறோம். மெய்யறிதலின் பொருட்டு உலகியல் வாழ்க்கையை நாம் துறக்கவில்லை. ஆகவே இங்கே நமக்கு துன்பங்களும் பதற்றங்களும் உள்ளன. அவற்றுக்கு நம் அறிதல் உடனடியாக எந்த ஆறுதலையும் அளிப்பதில்லை. அதை 'அன்றாட' தளம் எனலாம். [சாமானியம்] அங்கே நமக்கு தற்காலிகமாக பக்தியும், சடங்கும் உதவலாம். அவற்றை கைக்கொள்வதில் தவறில்லை.

அன்றாடத்தில் பக்தியோ சடங்கோ எவ்வகையிலும் அறிந்து செல்லும் பாதைக்கு முரணானவை அல்ல. அறிந்து அமைந்த பின் அவை தேவையில்லாமலாகி அகன்று செல்லும் ஒரு நிலை இயல்பாக அமையலாம். அதுவரை அவை நமக்குத் தேவையாகவே உள்ளன. அறிவதறிந்து அமைந்த ஞானியர்கூட இறைபக்திப் பாடல்களைப் பாடியிருக்கிறார்கள். ஆலயங்களை நிறுவியிருக்கிறார்கள். அது இதன்பொருட்டுத்தான்.

ஆகவே இதை முரண்பாடாகக் கொள்ளவேண்டியதில்லை. தூயஅறிவைச்சார்ந்து மட்டுமே அன்றாடத்தை நிகழ்த்துமளவுக்கு நாம் அறிவில் தெளிந்து அறிவென்றே ஆகிவிடவில்லை.

ஆனால் ஒரு 'வெறும் பக்தர்' நம்பிக்கை மட்டுமே கொண்டு இறைவழிபாடும் சடங்கும் செய்வதற்கும் நமக்கும் வேறுபாடுள்ளது. அது நம் இயல்பு, நாம் அதற்கு ஒன்றுமே செய்யமுடியாது. நாம் செய்வதை. நாம் எண்ணுவதை நாமே கவனித்துக் கொண்டிருக்கிறோம். அறிந்துகொண்டிருக்கிறோம். ஆகவே நம் அறிவுதேடலின் களங்களும் கருவிகளும்தான் இவையெல்லாம்.

இன்னொன்று உண்டு. கலையும் இலக்கியமும் நிறைக்கும் ஓர் இடம் நம்முள் உண்டு. அழகுணர்வு மற்றும் உணர்ச்சிகர தேவைகள். அவற்றை நிறைப்பவையே தெய்வங்களும் சடங்குகளும். பக்திமரபு அளிக்கும் இசை, தொன்மங்கள், கவிதை மற்றும் கலைகள் இல்லையென்றால் நாம் மிகப்பெரிய வெற்றிடம் ஒன்றை அடைவோம்.

நாம் உணர்வுகளால் ஆனவர்கள். உணர்வுகளுக்கு கலையும் இலக்கியமும் இன்றியமையாதது. அவை எப்படி ஆழ்ந்த குறியீட்டுச் செயல்பாடுகளோ அதைப்போலவே சடங்குகளும். தெய்வங்களும்தான்.

அறிந்தமைந்த அத்வைதிக்கு அவை தேவையில்லை. அவர் இன்னும் பெரிய நிலையில் இருக்கிறார். ஆனால் நாம் உலகியலில் நின்றிருக்கிறோம். உலகியல் என்பது குடும்பம் அல்லது தொழில் மட்டும் அல்ல. மானுடவாழ்க்கை சார்ந்த எதுவும் உலகியலே. மானுடத் துயரும் மானுடக் களிப்பும் உலகியலே. அவற்றை முற்றாக உதறிக் கடக்காதவரை நாம் உலகியலிலேயே இருக்கிறோம். யோகசாதகர் கூட முற்றாக விடுபடும் வரை உலகியலிலும் இருக்கிறார்கள்.

ஆகவே 'நான் ஞான மார்க்கி, எனக்கு எதற்கு பக்தியும் தெய்வமும்?' என்ற கேள்வி தேவையில்லை. அது குறைவாக அறிந்தமையால் எழும் வெறும் ஆணவம் மட்டுமே. நாத்திகரின் தன்முனைப்புக்குச் சமானமானது அது. நாம் சாதாரண மானுடர். சாமானிய வாழ்வில் வேண்டுதலும் வழிபடுதலும் நமக்கு உரியவை. கூடவே நாம் அகத்தே அனைத்தையும் அறிந்து கடந்துகொண்டும் இருக்கலாம்.

***

பெண்களின் துறவு, ஒரு வினா

அன்புள்ள ஜெ,

கதாநாயகி குறுநாவலில் வரும் கதாநாயகியர் நிரையை வாசித்தபோது 'ஆம் இது அப்படித்தானே' என்பதுபோல இயல்பான ஏற்பே எனக்கு இருந்தது என்பதை இந்தக் கடிதத்தை வாசித்ததும்தான் உணர்ந்து கொண்டேன். இன்றும்கூட பெண் என்பதைக் காரணமாக்கி மறுக்கப்படும் இடங்களின், பாதைகளின் பொருட்டு காரைக்கால் அம்மை போல பேயாகி விடவும், ஔவை போல இளமையை ஒரு நொடியில் துறந்து விடவும் வழி இருக்கிறதா என்ற எண்ணம் வராதிருப்பதில்லை. எனவே ஃபிரான்செஸ் பர்னியின் விடுதலை உணர்வை அப்படியே ஏற்றுக்கொண்டது மனம்.

வெண்முரசில் சிகண்டியை மகனே என்றழைத்து அம்பை சிகண்டியாகும் தருணம் பெரிய கொதிப்பை ஏற்படுத்தியது நினைவில் எழுந்தது. அதைத் தொடர்ந்து துரியன், யுவனாஸ்வன், பங்காஸ்வன், விஜயை எனப் பல கதாபாத்திரங்கள் பெண்மையைத் துறப்பதும் ஏற்பதுமாய் வரும். பெண்மையென எதைத் துறக்கிறார்கள் அல்லது ஏற்கிறார்கள் என்ற கேள்வி எழும்.

"எதற்காக ஒருவர் இப்படி உடலையும் மனத்தையும் சிதைத்துக்கொள்ள வேண்டும்?" என்ற கேள்வி உள்ளே ஒலித்துக் கொண்டே இருந்தது. துறவு போன்ற தேடல் கொண்ட பெண்ணுக்கு இந்தியாவில் சாத்தியம் இருக்கிறதா என்ற கேள்விக்கு இந்தியாவில் அதற்கான சாத்தியங்கள் இல்லை குறைந்தபட்சம் ஐம்பது வயதுக்கு மேற்பட்டவர்களுக்கே அது

சாத்தியாமாகிறது என்ற தங்களின் பதிலைக் கண்டேன், அந்த விடுதலைக்காக இந்த அடையாளத்தை துறக்க சம்மதமே என்ற பதில்தான் தோன்றியது. அது மாபெரும் சமரசம் என்றாலும் அநீதி என்றாலும் துறக்கும் பெண்மைக்கு நிகராக துலாக்கோலின் மறுபுறம் விடுதலை இருக்குமென்றால் அதைச் செய்யவேண்டி இருக்கிறது.

சுபஸ்ரீ சுந்தரம்

***

அன்புள்ள சுபா,

உண்மையில் இந்தியாவில் பெண்கள் துறவிகளாக அலைந்து திரிய முடியாத நிலைக்குக் காரணம் மதம் சார்ந்த கொள்கை வரையறை அல்ல. மாறாக நடைமுறைப் பிரச்சினைகள்தான். அதாவது சமூக ஏற்பு மற்றும் அதுசார்ந்த உளநிலைகள்தான். புத்தரின் காலகட்டத்தில் இளம்பிக்குணிகள் சாதாரணமாக நாடெங்கும் உலவியிருக்கிறார்கள். சமணத்திலும் பெண்துறவிகள் நிறையவே இருந்திருக்கிறார்கள். அவர்கள் பயணங்கள் செய்திருக்கிறார்கள்.

நம் சமூகத்தின் ஏற்புநிலை இளம் ஆணை துறவியாக ஏற்கிறது. இளம்பெண்ணை அவ்வாறு ஏற்பதில்லை. அதை ஓர் ‘ஒடுக்குமுறை’ என்றும் ‘பாரபட்சம்’ என்றும் பார்ப்பதெல்லாம் இன்றைய ‘புண்பட்ட பெண்ணிய’ நோக்கு. அப்படி எல்லாவற்றையும் பார்ப்பதன் வழியாக நம்மை நாம் குறுக்கிக் கொள்கிறோம். ‘போராளி’ பிம்பத்துக்கு அது உதவலாம். ஆனால் உண்மையை அறிய சமரசமில்லாத பார்வை தேவை. நாம் செய்துகொள்ளும் முதல் சமரசம் நமது உணர்வுகளுக்கேற்ப உண்மைகளை திரித்துக்கொள்வதே.

இது தொன்மையான ஒரு சமூகம். இதன் மதிப்பீடுகள் பெரும்பாலும் பழங்குடி வேர்கள் கொண்டவை, நவீன முதலாளித்துவ சமூகத்திற்கான மாற்றங்களை அடையாதவை. பழங்குடிச் சமூகங்களில் பெண்கள் குழந்தைகளை பெற்றுத்தரும் செல்வங்கள். ஆகவே அரிதானவர்கள். சென்ற நூறாண்டுகளுக்கு

முன்புவரை தமிழ்நிலத்திலேயே பெண்ணை கவர்ந்துவருதல் ஒரு ஏற்கப்பட்ட கலாச்சாரமாக, வீரம் மிக்க மணமுறையாக இருந்தது. இன்றும் பல சாதியினரின் மணச்சடங்குகள் குறியீட்டு ரீதியாகப் பெண்கவர்தலை நடிப்பவைதான்.

பெண்கள் பற்றிய நம் பார்வை பொதுவாக அதுதான். தன் இனக்குழுப் பெண்ணை, அல்லது குடும்பத்துப் பெண்ணை தன் உரிமைப்பொருள் என நினைத்துப் பாதுகாப்பது, பிற இனக்குழுப் பெண்ணை அல்லது குடும்பத்துப்பெண்ணைக் கவரமுயல்வது என்றே இன்றும் இங்கே சராசரி ஆணின் மனநிலை உள்ளது. அது பல்லாயிரமாண்டு காலத் தொன்மை கொண்ட ஒன்று. அது காலாவதியாகும் காலம் மெல்லவே வரும்.

ஆகவே இளம்பெண் தனியாகப் பயணம் செய்வது, தனியாக தவம் செய்வதெல்லாம் ஆபத்தானதாகவே இங்கே இருந்தது, இருக்கிறது. அவள் திறந்து வைக்கப்பட்ட செல்வம் போல. அவள் கைப்பற்றப்படலாம், ஆக்ரமிக்கப் படலாம். இங்கே ஆண்துறவிகள் ஏராளமாக இருக்கிறார்கள். அவர்களுடன் இணைந்து திரளாக அலைய முடிகிறது. பெண்களுக்கு அந்த வாய்ப்பே இல்லை.

ஆகவே பௌத்தத்தின் தொடக்க காலத்திற்கு பிறகு பெண்கள் வெளியே செல்வதற்கு கட்டுப்பாடுகள் உருவாக்கப்பட்டன. அவர்கள் திரளாகவே செல்லவேண்டும் என்றும், முன்னரே வகுக்கப்பட்ட மடாலயங்களிலேயே தங்கவேண்டும் என்றும், நட்பில்லாத சமூகங்கள் மற்றும் பௌத்த ஆதரவில்லாத மன்னர்கள் ஆளும் நிலங்களுக்குச் செல்லக்கூடாதென்றும் நெறிகள் உருவாக்கப்பட்டன. சமணப் பெண்துறவிகளுக்கு இன்றும் அக்கட்டுப்பாடுகள் உள்ளன.

துறவு பூண்டு தனியாகப் பயணம் செய்யும் ஆணுக்கு இந்த அபாயங்கள் உண்டா? பெண்கள் அளவுக்கு இல்லை யென்றாலும் உண்டு. ஒருபாலினச் சேர்க்கையாளர்களால் வன்முறையாகக் கைப்பற்றப்படுதல், வெவ்வேறு வகையான இரவுக் குற்றவாளிகளால் தாக்கப்படுதல் என பல

இந்து மெய்மை ✤ 161

அபாயங்கள். பெரும்பாலும் எல்லா துறவிகளும் அதைப் பதிவு செய்திருக்கிறார்கள். எனக்கும் பல அனுபவங்கள் உண்டு.

காவல்துறையேகூட துறவிகளிடம் இன்று மிகக்கடுமை யாகவே நடந்துகொள்கிறது. தமிழகத்திலும் ஆந்திரத்திலும் அலைந்து திரியும் துறவிகளைப் பிடித்து போலி அடையாளங்கள் உருவாக்கி, குற்றவாளிகளாக்கிச் சிறையிலடைத்து, குற்றக்கணக்கை முடித்துவைக்கும் வழக்கமும் உண்டு. துறவுநிலைகளில் அதைப்பற்றிய எச்சரிக்கைகளை எப்போதுமே குறிப்பிடுவார்கள். அப்படி கைது செய்யப்பட்டு ஐந்தாண்டுகள் சிறையில் கழித்த துறவிகளையே எனக்குத் தெரியும்.

அதாவது ஆண்கள் இங்கே கௌரவமாக, பாதுகாப்பாக துறவிகளாக அலைகிறார்கள் என்று இல்லை. அவர்கள் அபாயங்களை பொருட்படுத்துவதில்லை என்பதே உண்மை. சில இடங்களில் அவர்களுக்கு துறவி என்னும் ஏற்பு உள்ளது, பல இடங்களில் இல்லை. அலைந்து திரியும் துறவிகள் ரயிலில் கழிப்பறை அருகே அமர்ந்து டிக்கெட் இல்லாமல் பயணம் செய்வதும், அவர்களை பரிசோதகர்கள் அடுத்த நிறுத்தத்தில் இறக்கிவிடுவதும் இங்கே இருநூறாண்டுகளாக வழக்கம். ஆனால் அவர்களை ஒவ்வொருமுறையும் கடுமையாகத் தாக்கும் பரிசோதகர்கள் உண்டு, என்னையே ஒருவர் தாக்கியதுண்டு.

ஆண்கள் துறவுபூண்டு வெளியே இறங்கும்போது இதற்கெல்லாம் தயாராகத்தான் செல்கிறார்கள். அப்படிச் செல்லத் துணியும் பெண்ணுக்கும் அதெல்லாம் தடையாக இருக்காது. உதாரணமாக, ஒரு பெண் தன் உடலை தானல்ல என்று எண்ணினால், பாலியல் வல்லுறவுகளை ஒரு பொருட்டென கருதாதவளானால், அவளுக்கு அதன்பின் அஞ்ச ஏதுமில்லை. அந்நிலையில் பெண் இல்லை, மிகத்தீவிரமான உளப் பாதிப்புகளுக்கு உள்ளாகிறாள் என்பதே மிகப்பெரிய சிக்கல்.

இந்திய சமூகத்தில் துறவிகளுக்கான ஏற்பு மிகமிக வேகமாக மறைந்து வருகிறது. 1982ல் நான் அலைந்ததுபோல இன்று அலைய முடியாது. இதைப் பலவாறாக எழுதியிருக்கிறேன். இன்று இரண்டுவகை மனநிலைகள் உள்ளன. அலையும் துறவிகளை

ஞானம்தேடிச் செல்பவர்கள் என்றும், உலகியலாளர்களால் பேணப்பட வேண்டியவர்கள் என்றும் எண்ணும் வழக்கம் நமக்கு இருந்தது. நம் மரபு அதற்குக் கற்பித்தது.

அவர்கள் உலகிடம் வேண்டுவது ஒருநாளில் இருவேளை உணவு மட்டுமே. அதை அளிப்பது எந்தச் சமூகத்திற்கும் சுமை அல்ல. எந்தப் பஞ்சத்திலும் இந்தியாவில் துறவிகள் கைவிடப்பட்டதில்லை. பல ஊர்களில் ஊர்த்தலைவர்கள் சாவடிகளுக்குச் சென்று அங்கே எந்த துறவியோ வழிப்போக்கரோ சாப்பிடாமல் இருக்கிறார்களா என்று பார்த்து அன்னமிட்டுவிட்டே உண்ணும் வழக்கம் இருந்தது.

இரவில் உண்பதற்கு முன் ஊர்ச்சாவடிக்குச் சென்று அங்கே எவரும் இல்லையென்றாலும் கைகளைத் தட்டி நாற்புறமும் நோக்கி "இரவுணவு இல்லாத எவரேனும் உண்டா?" என்று கேட்டபின்னரே உணவுண்ண வேண்டும் என்னும் வழக்கம் சமீப காலம்வரைக்கும் கூட இருந்தது. குறிப்பாக வேளாளர், தேவர் சாதியினரிடையே.

[ஆச்சரியமான சில செய்திகள் உண்டு. பெரும்பஞ்சங்களில் அலையும் துறவிகள் அன்னம் அளிப்பவர்களாக உருமாறினர். பிச்சை எடுத்து கஞ்சித்தொட்டிகள் திறந்தனர். தமிழகத்தின் மாபெரும் உணவு வள்ளல் ஒரு துறவிதானே?]

ஆனால் சில தலைமுறைகளாக அலையும் துறவிகளெல்லாம் சோம்பேறிகள், திருடர்கள் என்னும் மனநிலை இங்கே உருவாக்கப்பட்டுள்ளது. இங்குள்ள இடதுசாரி அமைப்புகள், ஊடகங்கள் அனைத்தும் இணைந்து இதைத் திட்டமிட்டு உருவாக்குகின்றன. அவ்வப்போது சிக்கிக்கொள்ளும் சில போலிச்சாமியார்களை முன்வைத்து உருவாக்கப்படும் இந்தப் பிம்பம் உள்நோக்கம் கொண்டது. ஒப்புநோக்க மேலும் கூடுதலாக கிறிஸ்தவத் துறவிகள் பற்றிய அச்செய்திகள் வருகின்றன. ஆனால் அவர்களைப் பற்றிய அப்பிம்பம் கட்டமைக்கப்படவில்லை என்பதைக் கவனியுங்கள்.

சுரண்டித் தின்னும் அரசியல்வாதிகளையும் வெற்றுக் கூச்சலாளர்களையும் எல்லாம் ஏற்றுக்கொண்டு கொண்டாடும்

நம் 'முற்போக்கு' கும்பலுக்கு உணவன்றி வேறேதும் கோராமல், பெரும்பாலும் கண்களுக்கே தென்படாமல் வாழும் துறவிகள் ஒட்டுண்ணிகளாகவும் ஒடுக்கப்பட்டு அழிக்கப்பட வேண்டியவர்களாகவும் தெரிகிறார்கள். மாதம் ஒன்றரை லட்சம் ரூபாய் சம்பளம் பெற்று, ஆண்டுக்கு ஒரு நூல்கூட படிக்காமல், தினசரி ஒருமணிநேரம் வகுப்பில் உழப்பிவிட்டு சுற்றிவரும் கல்லூரிப் பேராசிரியர்கள் துறவிகளை 'சமூகத்தின் செல்வத்தை சுரண்டி வாழ்பவர்கள்' என எழுதும் கேவலம் இங்குள்ளது.

அந்த மனநிலையை அவர்கள் கடுமையாகப் பரப்புவதனால் சமூகத்தில் துறவிகளுக்கான ஏற்பு மறைந்து வருகிறது. கேரளம், தமிழகம், ஆந்திரத்தில் மிகக்குறைந்துவிட்டது. இன்று வட இந்தியாவிலும் மறைந்து வருகிறது. இன்று நகரங்கள் எல்லாம் துறவிகளுக்கு எதிரானவை. ரயில்களில் அவர்களை ஏளனம் செய்பவர்களை அடிக்கடி காண்கிறேன். அவர்கள் பெரும்பாலும் அமைதியாகக் கடந்து செல்கிறார்கள்.

துறவிகளை பொதுவெளியில் கேலிசெய்து அவமதிப்பவர்கள் அறிவுஜீவிகள் என பாவனை காட்டி மகிழ்கிறார்கள். துறவிகள் கடுமையாக தாக்கப்படும் பல வீடியோக்களை நாம் யூடியூபில் பார்க்கலாம். தாக்கியவர்களே பதிவுசெய்து வலையேற்றியவை அவை. தாக்கப்பட்டவர் அடையாளமற்றவர், புகார்சொல்லாத அன்னியர், சமூகத்திற்கு வெளியே வாழும் தனியர் என்பதனால் தண்டனை இல்லாமல் அதைக் கொண்டாடுகிறார்கள்.

இன்றுள்ள இந்துத்துவ அரசியலும் அரசியலுக்குப் பயன்படாத துறவிகள் தேவையற்ற குப்பைகள் என்று பார்க்கும் மனநிலையை கொண்டுள்ளது. ஏளனங்களையும் வசைகளையும் காணமுடிகிறது. எத்தகைய துறவியானாலும் தங்கள் அரசியலை ஏற்காதவர் என்றால் அவரை இழிவு செய்யவும் வசைபாடவும் இந்துத்துவர் தயங்குவதில்லை. சமீபத்தில் ஓர் இந்துத்துவ அறிவுஜீவி நித்ய சைதன்ய யதியை இழிவு செய்து எழுதியிருந்தார். நித்ய சைதன்ய யதியை நான் முன்வைக்கிறேன் என்பதனால்.

இன்று சிற்றூர்களிலேயே அலையும் துறவிகளுக்குச்

சற்றேனும் ஏற்புள்ளது. அங்கும் அவர்கள் திருடர்கள் என தாக்கிக் கொல்லப்படுவது அடிக்கடி நிகழ்கிறது. பல ஆயிரமாண்டுகளாக இந்தியாவெங்கும் பரவியிருந்த ஞானத்தேடிகளினாலான ஒரு பேரியக்கம், மானுடகுலத்திற்கே ஓர் அரிய நிகழ்வு எனக் கொள்ளத்தக்க ஒன்று, இப்போது மெல்ல மெல்ல மறைகிறது. இனி அது உருவாகப் போவதுமில்லை.

உடலை ஒடுக்குதல் அல்லது மறைத்தல் குறித்தும் சொல்லவேண்டும். இந்து, பௌத்த, சமண மதங்களில் உடலழகை இல்லாமலாக்குதல், உடலை ஒறுத்தல் என்பது ஆண்களுக்கும் நெறியாக முன்வைக்கப்பட்டது. துறவிகள் எவ்வகையிலும் உடலை அழகுபடுத்திக் கொள்ளலாகாது. காஷாயம் என்னும் காவியுடையே அதற்குரியதுதான். சடையும் தாடியும் முடியும் வளர்த்தல், மொட்டையடித்துக் கொள்ளுதல் போன்று உடலழகை மறைத்துக்கொள்ளும் செயல்கள் துறவுடன் இணைந்திருந்தன. இன்றும் அவ்வாறே.

ஏனென்றால் உடல்வழியாக தான் வெளிப்படலாகாது, உடலை வைத்துத் தன்னை பிறர் மதிப்பிடலாகாது என்பதுதான். 'கால்நடைகள் கொழுத்தால் அழகு, துறவி மெலிந்தால் அழகு' என்று பழமொழி ஏதோ வடிவில் எல்லா இந்திய மொழிகளிலும் உள்ளது. அதன் உட்பொருள் இதுவே. ஆகவே துறவுபூணும் பெண்களுக்கு மட்டும் உடலொடுங்குதல் உள்ளது என்பதில்லை. அது துறவின் ஆதார நெறியென்றே இங்கே கொள்ளப்பட்டது.

இத்தனை தடைகளையும் கடந்து செல்லும் ஆற்றல் அசாதாரணமான ஆளுமைகளுக்கு உண்டு. செங்கோட்டை ஸ்ரீ ஆவுடை அக்காள் போன்ற துறவிகள் இயல்பாக வீடுதுறந்து அலையவும் காடேகி தவம் செய்யவும் இயன்றிருக்கிறது.

துறவுபூண்டு தனியாக அலைவதற்குப் பெண்ணுக்கு இங்கே சுதந்திரம் உண்டா என்ற கேள்விக்கான விடை இது. துறவி அல்லாத பெண்கள் தனியாக அலைய முடியுமா? சூழலை கணித்து, போதிய எச்சரிக்கையுடன் பயணம் செய்வது இன்று மிக இயல்புதான். நம் தோழமையைச் சேர்ந்த செல்வராணி தனியாக லடாக் வரை பைக்கில் பயணம் செய்து மீண்டார்.

இந்து மெய்மை ❈ 165

நாங்கள் ஸ்பிடி சமவெளியில் பயணம் செய்தபோது ஜே.கிருஷ்ணமூர்த்தி ஃபவுண்டேஷனைச் சேர்ந்த ஓர் இளம் ஆசிரியை பேருந்திலேயே ஆறு மாதங்களுக்குமேல் பயணம் செய்து இறுதியாக அங்கே வந்து சேர்ந்திருந்தார்.

இன்று இணையுள்ளம் கொண்ட பெண்கள் சிறிய குழுக்களாகப் பயணம் செய்வது நடக்கிறது. அதற்கான இணையக் குழுக்கள் உள்ளன. வருங்காலத்தில் அத்தகைய பயணங்களுக்கான வாய்ப்புகள் பெருகும். இன்றுள்ள ஒரே சிக்கல், இந்தியா என்னும் இந்தப்பெரிய தேசம், மக்கள்தொகை மிகுந்த இந்நிலப்பரப்பு, முழுமையாக அரசின் சட்டப் பாதுகாப்புக்குள் கண்காணிப்புக்குள் இல்லை என்பதே. குற்றக்குழுக்கள் எங்கும் உள்ளன.

ஒப்புநோக்க ஐரோப்பா போன்ற சிறிய, மக்கள்தொகை குறைந்த நாடுகள் அரசுக்கண்காணிப்பு, கட்டுப்பாடு இருப்பதனால் பாதுகாப்பானவை. ஆனால் சென்ற சில ஆண்டுகளாக ஃபிரான்ஸ் இத்தாலி முதலிய நாடுகள் தனியாகப் பயணம் செய்பவர்களுக்கு, குறிப்பாக பெண்களுக்கு, மிக ஆபத்தானவையாக ஆகிவிட்டிருக்கின்றன.

கடைசியாக, இங்கே ஒருவர் அறிவுத்துறையில், மெய்யியல் துறையில், சேவைத்துறையில் பணியாற்றி வெற்றிபெற பாலியல் அடையாளத்தை துறந்தாக வேண்டுமா? காந்தியின் அழைப்பை ஏற்று நேரடியாக பழைய நிலப்பிரபுத்துவச் சூழலில் இருந்து அரசியலுக்கு வந்த பல லட்சம் பெண்கள் இருந்தனர். சிறை சென்றனர், தொலைதூரச் சிற்றூர்களுக்குச் சென்றனர், அமைப்புகளைக் கட்டி எழுப்பினர். உங்கள் வீட்டிலிருந்து ஒரு கிலோமீட்டர் தொலைவுக்குள் அவ்வண்ணம் பெருவாழ்வு வாழ்ந்த ஒரு பெண்ணின் வீடு இருக்கும்.

எத்தனை முகங்கள்! நினைவிலிருந்தே நூறு பெயர்களை என்னால் உடனடியாகச் சொல்லமுடியும். அவர்கள் எல்லாம் பெண்ணுடலை துறந்தா அவ்வண்ணம் எழுந்தனர்? அவர்களுக்கெல்லாம் பேருருக்கொண்டு எழ பாலியல் தடையாக

இருந்ததா? ஒரு பெண் கிருஷ்ணம்மாள் ஜெகன்னாதனோ அருணா ராயோ ஆக பாலியல் என்ன தடை அளிக்கிறது?

தடைகள் உள்ளன, குடும்பமும் சமூகமும் அளிக்கும் தடைகள். அதைவிட நம் தன்னலமும், நம் ஆசைகளும், அச்சங்களும் அளிக்கும் தடைகள். அவை ஆண்களுக்கும் உண்டு. அத்தடைகளைக் கடந்து எழுபவர்களாலேயே சாதனைகள் நிகழ்த்தப்படுகின்றன.

உலகில் இருசாரார் உள்ளனர். சாதனையாளர்கள், சாதனை படைக்க தடையாக இருப்பவற்றை பட்டியலிட்டுக்கொண்டு வாழ்ந்து முடிபவர்கள்.

***

துறவும் இலக்கிய வாசிப்பும் - ஒரு கடிதம்

ஜெ,

ஒரு மனிதன் எதன் பொருட்டு தனது வாழ்வில் மிக முக்கியமான ஒரு குறிப்பிட்ட முடிவுக்கு வருகிறான் என்பதை அறுதியிட்டுச் சொல்லிவிட முடியாது. ஏதோ நமக்குத் தெரிந்த வகையில் இது முக்கியம் அது முக்கியம் என்று விவாதத்தில் தொண்டை கிழிய பேசலாம். விவாதம் முடிந்தவுடன், இதெல்லாம் தேவையா சும்மா இருக்கிறத விட்டுட்டு எதுக்கு சாமி இந்த வம்பெல்லாம் என்று யோசித்து தூக்கம் கெடுத்துக் கொள்ளலாம்.

ஏனோ இதை தங்களுக்கு தெரிவிக்க தோன்றியது. இவையெல்லாம் நமக்கு தேவையா என்கின்ற குழப்பம் அடிக்கடி ஏற்படுகிறது. மனம் சும்மாயிரு சும்மாயிரு என்றே சொல்லிக் கொண்டிருக்கிறது. ஒடுங்கி அமர்தல் மட்டுமே உனக்கான பாதை என்று தோன்றிக்கொண்டே இருக்கிறது. புரிந்து கொள்வீர்கள் என நம்புகின்றேன்.

சி

***

அன்புள்ள சி அவர்களுக்கு,

இலக்கிய விவாதத்தில் ஈடுபடுவதைப் பற்றி கேட்டிருந்தீர்கள். தாங்கள் அறியாதது அல்ல. விக்ஷேபணம் என்பது அகத்தே கருவாக, விதையாக கிடப்பவற்றை செயலாக வெளிப்படுத்தி வெளியேற்றிவிடுவது. செயல்கள் அனைத்தும் அகத்துளிகளின்

உமிழல்கள்தான்.

நீங்கள் இலக்கிய வாசிப்பு - விமர்சனத்தில் ஈடுபடுகிறீர்கள் என்றால் உங்களுக்கு அதற்கான தேவை இருக்கிறது, அதற்கான கரு உள்ளே இருக்கிறது என்றே பொருள். அதை மூடி உள்ளே தடுத்துவைக்க முடியாது. அது உள்ளே இருக்கும் வரை அதை இல்லாமலாக்கவும் முடியாது, அதிலிருந்து விடுபடவும் முடியாது.

வாசித்தும் பேசியும் ஒரு கட்டத்தில் அதை நீங்கள் கடந்து விட்டால், உள்ளிருக்கும் விதைகளெல்லாம் முளைத்துவிட்டால் விடுபடுவீர்கள். பாலைவனத்தில் வீடுகட்ட மண் எடுக்கும்போது நீர் தெளித்து நாலைந்துநாள் வைப்பார்கள். விதைகளெல்லாம் முளைக்கும் அதை மீண்டும் காய வைப்பார்கள். மீண்டும் நீரூற்றி குழைத்துக் கட்டுவார்கள் இல்லையென்றால் சுவர்களில் செடிகள் முளைக்கும். அதைப்போல. நீரூற்றி எல்லா விதைகளையும் முளைக்கவைப்பதே விதைகளை அகற்றுவதற்கான வழி.

ஆனால் இது காமகுரோதமோகங்களுக்குப் பொருந்தாது. அவை முளைக்கும், ஆனால் அவற்றைவிடப் பெரிய எதிர்வினைகளை விளைவுகளை உருவாக்கும்.

ஆகவே ஒரு துறவிக்கு இலக்கியம் – இலக்கியப் பேச்சு தவறென நான் நினைக்கவில்லை. அவ்வாறு நித்யா சொன்னதும் நினைவில்லை. ஆனால் அதைக் கூர்ந்து கவனித்துச் செய்ய வேண்டும். அது வெறும் ஆணவ வெளிப்பாடாக, பூசலாக ஆக விடக்கூடாது. அது கொந்தளிப்பைக் கசப்பை உருவாக்கக்கூடாது.

இலக்கியம் ஒருவகை உலகியல் என்பதனால் அதை உள்ளத்தின் ஒரு பெட்டியிலும் பிற சாதனைகளை இன்னொரு பெட்டியிலும் ஒன்றுடனொன்று தொடர்பில்லாமல் நடத்தவும் வேண்டும். இதுவே நான் அறிந்தது. உங்களுக்கும் தெரிந்திருக்கும். இத்தருணத்தில் சொல்வடிவை அளிப்பதே நான் செய்வது.

இங்கே சொல்லவேண்டிய இன்னொன்று உண்டு. இலக்கியம் காமகுரோதமோகங்களால் ஆனது. வாழ்வின் அலைக்கழிப்புகளால் ஆனது. அவற்றை கவனிக்கும் ஒரு யோகசாதகர் அவற்றிலிருந்து மெய்மையை நோக்கிய ஒரு பயணத்தையே செய்கிறார்.

அதை விழிப்புநிலையில், தெளிவாகச் செய்வதே உகந்தது. இலக்கிய வாசிப்பை நீங்கள் கற்ற, உணர்ந்த மெய்மை நாட்டச் செயல்பாடுகளுடன் இணைத்துப் புரிந்துகொள்ள முயன்றால் இரண்டும் துலங்கக்கூடும்.

உங்களுக்கு இருக்கும் தேவை என்பது அறிவார்ந்த செயல் படாக இருக்கலாம். அதுவே ஒருவகை யோகம்தான். பிரதிஃபா யோகம் என்பார்கள். சிலருக்கு அதுவும் தேவைப்படுகிறது. அந்தத் தேவை நிறைவுறாமல் அவர்களால் மேலும் செல்லமுடியாது. முப்பதாண்டுகளுக்கு முன் ஒரு துறவியிடம் கீதைக்கு ஓர் உரை எழுதும்படி நித்யா சொன்னார். அவர் சென்றபின் "கீதைக்குத் தான் ஏராளமான உரைகள் இருக்கின்றன, நீங்களும்கூட எழுதியிருக்கிறீர்கள்" என்றேன், சற்று நையாண்டியாகத்தான்.

நித்யா சொன்னார். "அவன் எழுதப்போவது அவனுடைய உரை. அவன் அறிந்த அனைத்தையும் தொகுத்துக்கொள்வான், அறியாத சிலவற்றை அடைவான். அதன்வழியாக முன்னால் செல்வான். அது ஒரு யோகசாதனை. அவன் எழுதி முடித்தபின் அந்நூலை எரித்துவிட்டாலும் ஒன்றும் நஷ்டமில்லை."

அதையே சொல்ல விரும்புகிறேன். நீங்கள் உங்கள் மெய்ஞானத்தேடலை முதன்மைப்படுத்தி முன்னெடுக்கும் தீவிரமான அறிவுத்தளப் பணி ஒன்றைச் செய்யலாம். அது உங்களை முழுமையாக ஆட்கொள்ளலாம். அதற்கான விழைவு நிறைவேறும், அதனூடாக நீங்கள் கடந்தும் செல்லக்கூடும். அந்த அறிவுச்செயல்பாட்டுக்கான தேவை ஒரு தடையென இருக்க வேண்டியதில்லை.

அந்த அறிவுப்பணியில் இந்த இலக்கியவாசிப்பு ஒரு பங்கை ஆற்றலாம். இதை அதனுடன் இணைத்து உங்களுக்கான உசாவல் களையும் கண்டடைதல்களையும் நிகழ்த்திக்கொள்ளலாம்.

இவை ஆலோசனைகள் அல்ல. அப்படி ஓர் இடத்தில் என்னை வைத்துக்கொள்ளவில்லை. நான் அறிந்ததை பகிர்ந்து கொள்கிறேன், அவ்வளவுதான்.

***

கடவுள், தொன்மம், சில வினாக்கள்

அன்புள்ள ஜெயமோகன் அவர்களுக்கு,

நான் கடந்த சில நாட்களாக உங்கள் வலைதளத்தில் கீதை, அத்வைதம் குறித்த உங்களது பழைய கட்டுரைகளை படித்து வருகிறேன். எப்படி நன்றி சொல்வதென்று தெரியவில்லை, அவ்வளவு தெளிவான விளக்கங்கள். எனினும் சில ஐயங்கள். தெளிவுபடுத்த இயலுமா?

1. கடவுள் / இறைவன் போன்ற கருதுகோளில் நம்பிக்கை அற்ற சாங்கிய, யோக தரிசனங்களை நாத்திக தரிசனங்கள் என்று சொல்ல முடியுமா?

2. செயலின்மையை உண்டு பண்ணுவதில் ஜே.கிருஷ்ண மூர்த்திக்கு முக்கிய பங்கு இருக்கும் என்று ஒரு இடத்தில் சொல்லி இருப்பதை கண்டேன். ரமணரை விடவா? ஜே.கே பள்ளிகள் அவரது பங்களிப்பு தானே?

3. கயிலாய மலையை காணும் போது ஏன் உணர்ச்சி வசமாகிறார்கள்? அத்வைதியான உங்களுக்கே அனுபவம் வந்ததாக வாசித்த நினைவு. வெறும் காட்சி வழியாக பிரம்மத்தை உணரும் ஒரு தருணமாக அதை எண்ணுகிறீர்களா?

- முருகேஷ்

***

அன்புள்ள முருகேஷ்,

அ. கடவுள் இறைவன் போன்றவற்றில் நம்பிக்கையற்று

இயற்கையையும் பிரபஞ்சத்தையும் பொருள்முதல் நோக்கு கொண்டு அணுகும் தரிசனங்கள் பல. அவற்றில் சாங்கியத்தின் முதல்வடிவமும், அதன் நீட்சியாக அமைந்த யோகமும், வைசேஷிகமும், அதன் நீட்சியான நியாயமும் முக்கியமானவை.

வேதாந்தம் இறைவனை ஏற்றுக்கொண்டதுதான். அருவமான பிரம்மத்தை அது இறைவடிவாக முன்வைக்கிறது. அதன் உருவ வெளிப்பாடுகளை வழிபடுவதையும் மறுக்கவில்லை.

இவற்றை 'நாத்திக' தரிசனங்கள் என்று சொல்ல முடியாது. நாத்திகம் என்பது மறுப்பு. இறைமறுப்பை அடிப்படையாகக் கொண்ட தரிசனங்களையே அவ்வாறு சொல்லமுடியும். சார்வாக தரிசனம் அப்படிப்பட்டது.

இறை அல்லது முதற்பொருள் என்னும் முடிவு இல்லாமல் பிரபஞ்சத்தையும் இயற்கையையும் விளக்கும் தரிசனங்களை ஜடவாதம் *[பொருள்முதல்வாதம்]* லோகாயதம் *[உலகியல்வாதம்]* பிரகிருதி வாதம் *[இயற்கைவாதம்]* என்று வரையறுக்கிறார்கள்.

ஆ. ரமணர் தொன்றுதொட்டு இங்கிருக்கும் ஒரு ஞானமரபின் முகம். அது 'சிந்தையடக்கிச் சும்மா இருப்பதே சுகம்' என்னும் தரிசனம் கொண்டது. ஒருமைக்குள் ஆமை போல் புலன்களை அடக்குவது அதன் வழி. ஆனால் அது அனைவருக்கும் உரியது அல்ல. யோகிகளின் பாதை. கடுமையான தன்னொடுக்கம் மற்றும் உலகத்துறப்பினூடாக அடையவேண்டியது அது. ரமணர் அல்லது அவரைப் போன்றோர் சொல்லும் சும்மா இருத்தலென்பது ஒரு யோகநிலை, சாதகர்களுக்குரியது.

ஜே.கிருஷ்ணமூர்த்தி அதை எளிமையாக்கி அனைவருக்கும் சொன்னார். இல்லறத்தோர் உலகியலோர் அனைவருக்கும் அதை ஒரு வாழ்க்கைமுறையாக உபதேசித்தார். ஒழுகிச்செல்லுதல், செயலற்றிருத்தல், எதையும் மாற்றாமலிருத்தல், எதன்மேலும் உள்ளத்தையோ விசையையோ செலுத்தாமலிருத்தல் என அவர் சொன்னது செயலின்மையை உருவாக்கியது. அது உலகியலோருக்கு தீங்கானது.

கீதை உச்சத்தில் மோட்சசன்யாச யோகத்தையும் விபூதி யோகத்தையும்தான் முன்வைக்கிறது. ஆனால் உலகியலில் செயலின்மை என்பது இந்துமெய்மரபின் வழி அல்ல,

இ. கங்கை, கயிலை, குமரி, அண்ணாமலை போன்ற ஆறுகள் மலைகள் கடற்துறைகள் போன்றவை நம் ஆழுள்ளத்தை நிறைத்திருக்கும் குறியீடுகள். ஆழ்படிமங்கள் எனலாம். அவை நம் முன்னோரால் பல்லாயிரமாண்டு காலமாக வழிபடப்பட்டவை. ஆழமான சில விழுமியங்களின், சில உணர்வுநிலைகளின், சில தரிசனங்களின் குறியீடுகள் அவை. ஆகவே அந்த உணர்வெழுச்சி உருவாகிறது.

உலகமெங்கும் எல்லா பண்பாட்டிலும் அந்த குறியீட்டுத் தன்மை இடங்களுக்கும் மலைகளுக்கும் உண்டு. அவற்றை இழந்தால் அப்பண்பாடு தன்னை அழித்துக்கொள்கிறதென்று பொருள்.

***

செயலின்மையைச் சொல்கிறதா இந்துமதம்?

திரு. ஜெயமோகன் அவர்களுக்கு,

வணக்கம். நான் தற்போது கணிப்பொறித் துறையில் பணியாற்றி வருகிறேன். எனக்கும் என் நண்பர்களுக்கும் சினிமாத் துறையில் பிரகாசிக்க வேண்டும் என்னும் கனவு உண்டு. அதற்கான முயற்சிகளில் நாங்கள் இயங்கிக் கொண்டு இருக்கிறோம். இதில் எனக்கு ஆன்மீகம் தொடர்பான அரைகுறைப் புரிதல் ஏற்கனவே உண்டு. ஒரு சந்தர்ப்பத்தில் நான் நீங்கள் எழுதிய ஒரு ஆன்மீகக் கட்டுரையையும், இருவேறு கட்டுரைகளையும் ஒரே நாளில் வாசிக்க நேர்ந்தது.

இந்த மூன்றுமே என் ஆன்மீகம் சார்ந்த சிந்தனைகளில் மிகப்பெரிய சலனத்தை ஏற்படுத்தியது. எனவே ஆன்மிகம் பற்றி நான் அதிகமாகத் தெரிந்து கொள்ள வேண்டும், தெளிவான கருத்தியல் நிலைக்கு என்னைத் தயார்படுத்திக் கொள்ள வேண்டும் என்ற நோக்கத்தில் அதிகமான ஆன்மிகக் கட்டுரைகளை குறிப்பாகக் கீதையை வாசிக்கத் தொடங்கினேன். கீதையின் சாராம்சங்களை உட்கிரகிப்பதில் இருந்த சிக்கலால் இதைப் புரிந்து கொள்ள ஒரு வழிகாட்டி இருந்தால் உபயோகமாக இருக்குமே என்ற எண்ணம் தோன்றிய போதுதான் என் விழி பிதுங்கிப் போனது. குருஜி என்ற பெயரில் இயங்கிக் கொண்டு இருக்கும் பலரில், சிலர் என்னை யோகா கற்றுக் கொள்ளுங்கள் என்றோ அல்லது தங்கள் குருஜீயை குருவாக ஏற்றுக் கொண்டு அவரைப் பின் தொடருங்கள் என்றோதான் வலியுறுத்துகிறார்கள். ஆனால் நான் தேடி வந்தது அது அல்லவே. எனவே அவர்களை நான் புறக்கணித்துவிட்டேன்.

என் மேலோட்டமான புரிதலின்படி, எல்லா ஆன்மீகம் சார்ந்த தரவுகளையும் கூர்ந்து கவனித்தால், அவை முன்மொழியும் விசயங்கள் ஏறக்குறைய கீழ்க்காணும் கருத்தையே வலியுறுத்துகின்றன.

"...இந்த வாழ்க்கையே ஒரு மாயை. இங்கு நாம் வாழ்கின்ற வாழ்க்கைகூட நாடகத்துக்கு ஒப்பானதுதான். இங்கு நாம் சந்தோசம் வந்தால் சிரிப்பதும், துன்பம் வந்தால் அழுவதும் கூட அற்பமான அர்த்தமற்ற செயல்கள் தான். நம் அனைவரையும் ஆட்டுவிப்பவன் இறைவன்தான். அவனுடைய சித்தத்தின் படியே நம்முடைய வாழ்க்கை என்னும் நதி ஓடுகிறது. இது ஏன் என் வாழ்க்கையில் நடந்தது என்று கேள்வி கேட்கும் உரிமைகூட உனக்கு இல்லை. ஏனென்றால் இங்கு "காரணம் இன்றி காரியம் இல்லை" உன்னை மீறிய விசயங்களும் இங்கு சாத்தியமே. ஆதலால் நல்லது நடந்தால் அகமகிழ்வதையும், கெட்டது நடந்தால் துவள்வதையும் ஒன்றாகப் பார்க்கப் பழகிக் கொள். உனக்கு என்ன கிடைத்ததோ, அதைக் கொண்டு வாழப் பழகிக் கொள். உனக்கு என்ன நேர்கிறதோ அதை எந்தவிதக் கேள்வியும் இன்றி ஏற்றுக் கொள்" என்பதே அது.

இப்பொழுது என் பிரச்சனை இதுதான். நான் ஆன்மிகத்தின் ஆரம்ப நிலையில் தான் இருக்கிறேன். ஆனால் இப்பொழுதே எனக்குள் "வாழ்க்கையே ஒர் மாயைதானே.. இதில் கஷ்டப்பட்டு சாதித்து நாம் என்ன செய்யப் போகிறோம்.. அந்த சாதனைகூட ஒரு அர்த்தமற்ற செயல் தானே...!" என்பது போன்றும், "இந்த வாழ்க்கை இறைவன் சித்தத்தின் படிதானே செல்கிறது, அப்படியானால் என் வாழ்க்கை சார்ந்த இறைவனின் சித்தம் நான் கணிப்பொறித் துறையில் பணியாற்ற வேண்டும் என்பதுதானோ..? ஒரு வேளை நான் கலைத்துறையில்தான் ஈடுபட வேண்டும் என்பதும் அவர் சித்தமாக இருந்தால், அவரே அந்தப் பாதையை நோக்கி என்னை திசை திருப்புவாரே.. நான் ஏன் இறைவனின் விருப்பம் என்னவென்று தெரியாமல் உணர்ச்சிவசப்பட்டு முந்திக் கொண்டு சினிமாத்துறைக்கு செல்ல வேண்டும்.. காத்திருப்போம்..." என்றும் எண்ணத் தோன்றுகிறது.

மேலும் நான் இன்னும் ஆன்மீகத்தில் தீவிரமாக இறங்கினால்,

சினிமாவில் சாதிக்க வேண்டும் என்னும் என் லட்சியத்தையே ஒரு மாயையாக கருதி கைவிட்டு விடுவேனோ என்றும் அச்சம் கொள்கிறேன். அப்படி ஒரு நிலைக்குத்தான் ஆன்மீகம் என்னைத் தள்ளும் என்றால் அந்த ஆன்மீகத் தேடலையே நிறுத்திவிடலாமா என்றும் சில சமயங்களில் தோன்றுகிறது.

ஏனென்றால் கணிப்பொறி துறையில் பணியாற்றுவதும் கூட என் மனதுக்கு உகந்ததாகவோ அல்லது திருப்தி தருவதாகவோ இல்லை. மேற்குறிப்பிட்டது போல், "கிடைத்ததைக் கொண்டு வாழப் பழகிக் கொள்" என்பதை வாழ்வியலுக்கான தத்துவமாகக் கொண்டு நான் வாழத் தொடங்கினால், என் முயற்சிகளைக் கைவிட்டு நான் எதிர்காலத்திலும் கணினித் துறையிலேயே தான் இயங்க வேண்டும்.

அந்தக் கோணத்தில் பார்க்கையில் நம் வாழ்க்கையில் நமக்கென்று ஒரு லட்சியமோ, அதற்கான நம் பிரத்யேக முயற்சிகளோ கூட வீணானவை என்பதையே இந்தத் தத்துவங்கள் முன்மொழிகிறதோ என்றும் எனக்கு குழப்பமாக இருக்கிறது. இன்பத்தையும் துன்பத்தையும் ஒரே விதமாக பாவிப்பது என்பது மேற்கொண்டு வாழ்க்கையில் முன்னேற முயற்சி செய்ய வேண்டும் என்னும் எண்ணத்துக்குத் தடையாக இருக்காதா...? என்னும் கேள்வியும் மேலெழுகிறது. இதை நான் எப்படிப் புரிந்து கொள்வது....?

- ஜெயகிருஷ்ணன்

***

அன்புள்ள ஜெயகிருஷ்ணன்,

மத-தத்துவ நூல்களுக்கு அவற்றுக்குரிய ஒரு முழுமை உண்டு. அமைப்பில், தரிசனத்தில். அவை சமன்செய்யப்பட்டவையாக, மையம் நோக்கிச் செல்லக்கூடியவையாக இருக்கும். அவற்றை உதிரி வரிகளாக அறிவதன் சிக்கலையே நான் உங்கள் கடிதத்தில் காண்கிறேன். இது எந்த ஒரு இந்துவுக்கும் இன்றிருக்கும் சிக்கல்தான். ஏனென்றால் இந்துமதத்தின் நூல்களை அவனுக்கு

எவரும் கற்பிப்பதில்லை. அவற்றைப்பற்றி அவன் முழுமையாக அறிய எந்த ஒரு வாய்ப்பும் இன்றில்லை.

பெரும்பாலும் எதிர்மறையான விமர்சனங்கள் மூலமே அவன் அதை அறிகிறான். அல்லது உரைகளிலுள்ள மேற்கோள்கள் வழியாக. தத்துவநூல்கள் ஓரளவுக்கேனும் ஒரு வழிகாட்டி அல்லது ஆசிரியர் இல்லாமல் உள்வாங்கிக் கொள்ள முடியாதவை என்னும்போது இன்னும் நிலைமை சிக்கலாகிறது. கீதையைப் பற்றி அல்லது பிரம்மசூத்திரம் பற்றி அல்லது சிவஞானபோதம் பற்றி ஒரு குறைந்தபட்சப் புரிதல் கொண்ட இந்துக்கள் மிகமிக அபூர்வமாகவே இருக்கிறார்கள்.

இந்துஞானமரபின் முக்கியமான நூல்கள் பல. அவை அனைத்தும் ஒற்றைக்குரலில் நீங்கள் சொல்வனவற்றைச் சொல்லக்கூடியவை அல்ல. ஆகவே இந்துமதம் இப்படிச் சொல்கிறது என்று சொல்வது பிழை. இந்துமத சிந்தனைகள் பல தளங்களில் பரந்து விரிந்தவை.

பொதுவாக மதநூல்களை இரண்டுவகையாகப் பிரித்துக் கொள்ளவேண்டும். ஓர் ஆரம்பகட்டப் புரிதலுக்காக. நெறி நூல்கள் தத்துவ நூல்கள். கணிசமான மதநூல்கள் நெறிநூல்களே. அவை என்ன செய்யவேண்டும் என்ன செய்யக்கூடாது என்பதைச் சொல்பவை. வாழ்க்கையை எப்படி வாழவேண்டுமென வரையறை செய்பவை.

இந்துமதத்தின் மூலநூல்களுள் நெறிநூல்கள் இல்லை. மனுஸ்மிருதி முதல் ஆசாரக்கோவை வரை இந்துமதத்தில் வெவ்வேறு காலங்களில் வெவ்வேறு நெறிநூல்கள் இருந்துள்ளன. அவை மாறிக்கொண்டே இருந்தன. ஏனென்றால் உலகியல் நெறிகள் மாறாத இறைவிதிகள் என்று இந்துமதம் சொல்லவில்லை.

இந்துமதம் தத்துவ-மெய்ஞானநூல்களை மட்டுமே மைய நூல் தொகையாக முன்வைக்கிறது. அவை வாழ்க்கையின் அடிப்படையான முழுமையான இறுதியான அர்த்தங்களைப் பற்றிப் பேசக்கூடியவை. அவற்றை எளிய நெறிகளைச்

சொல்லக்கூடியவை என்று புரிந்துகொள்ளக்கூடாது. அது பெரும்பிழை.

இந்துமத மைய நூல்களில் எளியது கீதை. அதன் முக்கியத்துவம் என்னவென்றால் அது உலகியலில் இருந்து ஆன்மீக உச்சநிலைகள் வரை அனைத்தையும் தொட்டுச் செல்கிறது என்பதுதான். ஆகவே அதை மட்டும் வைத்து நீங்கள் கேட்கும் கேள்விக்குப்பதில் சொல்கிறேன்.

கீதை ஒரு தருணத்திலும் செயலாற்றாமலிருப்பதை முன்வைக்கவில்லை. மாறாக செயலாற்று செயலாற்று என்று மீண்டும் மீண்டும் அறைகூவுகிறது. மிகச்சிறந்த செயலை ஆற்றுவதெப்படி என்று மட்டுமே அது பேசுகிறது.

செயலாற்றுவது மனிதனின் அடிப்படை இயல்பு. எது தன்னுடைய இயல்புக்கு ஏற்றதோ, எதில் தன்னை முழுமையாக ஈடுபடுத்திக்கொள்ளமுடியுமோ அதில் முழுமூச்சாகச் செயலாற்றுவதே ஒருவனின் கடமை. அவனுடைய நிறைவும் மகிழ்வும் அங்குமட்டுமே உள்ளது. அதையே கீதை தன்னறம் என்கிறது

அந்தத் தன்னறத்தை ஆற்றக்கூடியவன் முதல்கட்டத்தில் உலகியல் சார்ந்த நன்மைகளை அடைகிறான். இன்பம் புகழ் செல்வம் அனைத்தையும். அதை கீதை சாங்கிய யோகம் என்கிறது. அந்தச் செயலில் அவன் மூழ்கிச்சென்றான் என்றால் அச்செயல் அளிக்கும் நிறைவே அவனுக்குப் போதுமானதாக இருக்கிறது. அதை கீதை கர்மயோகம் என்கிறது. அச்செயல்வழியாகவே அவன் இப்பிரபஞ்சத்தை அறியமுடியும். அதுவே ஞானயோகம். அது அவனை முழுமையாகவே விடுவிக்கும். என கீதை விளக்கிச்செல்கிறது.

சினிமாதான் உங்கள் தன்னறம் என்று வைத்துக்கொள்வோம். அதிலீடுபடுவது பணம் புகழ் எல்லாம் அளிக்கும். அது முதல்படி. அதன் அடுத்தபடி என்பது சினிமாவே எல்லா மகிழ்ச்சியையும் அளிக்கும், அதன் வழியாக எதையும் அடையவேண்டியதில்லை என்பது. அதன் அடுத்தபடி என்பது சினிமா வழியாகவே வாழ்க்கையை முழுமையாக அறிவதென்பது.

நடைமுறையிலேயே காணலாம். மோசமான சினிமாக் காரர்கள் பணத்துக்காகவும் புகழுக்காகவும் சினிமா எடுப்பவர்கள். மேலான சினிமாக்காரர்கள் சினிமா மீதான ஈடுபாட்டினால் மட்டும் சினிமா எடுப்பவர்கள். தங்கள் இன்பம் ஞானம் அனைத்தையும் சினிமாவிலேயே கண்டுகொண்டவர்கள்

எவர் வெற்றிகரமான சினிமாக்காரர் ஆகிறார்கள்? எவர் ஒருவர் வெற்றி தோல்விகளை எண்ணிக் கலங்காமல் எது தன்னுடைய சினிமாவோ அதை முழுமையான அர்ப்பணிப்புடன் எடுப்பவர்தான். வெற்றி தோல்விகள் அவரது கையில் இல்லை. அதை எண்ணிக் கலங்குபவர் செயலாற்ற முடியாது. அதைத்தான் கீதை சொல்கிறது. அதைத்தான் ஒன்றுமே நம் கையில் இல்லை, ஆகவே வெற்றியடைய முயலாமல் சும்மா இருப்பதுதான் சரி என்று கீதை சொல்கிறதென நீங்கள் புரிந்துகொண்டிருக்கிறீர்கள்.

சினிமா என்றல்ல எந்தத் துறையிலும் தோல்விகள் உண்டு. மேதைகளுக்கே கூட. வெற்றிதோல்விகளைச் சமமாக கருதித் தன் முழுமையைத் தன் செயல்மூலம் அடையமுயல்பவனே சாதனையாளன். அவனைத்தான் கர்மயோகி என்கிறது கீதை. இந்துமதம் சொல்வது அதைத்தான்.

***